6
Vietnamese
Poets

Ý NHI, NGUYỄN KHOA ĐIỀM,
LÂM THỊ MỸ DẠ, NGUYỄN ĐỨC MẬU,
XUÂN QUỲNH, PHẠM TIẾN DUẬT

Edited by
Nguyen Ba Chung & Kevin Bowen

with translations by Martha Collins,
Carolyn Forché, Linh Green, Fred Marchant,
Marilyn Nelson, Ngo Vinh Hai,
Nguyen Quang Thieu, Thuy Dinh,
and Bruce Weigl

CURBSTONE PRESS
in cooperation with the William Joiner Center
for the Study of War and Social Consequences

FIRST EDITION, 2002
Copyright © 2002 by the poets
Translation copyright © 2002 by the translators
All Rights Reserved

Published in cooperation with the William Joiner Center for the Study of War and Social Consequences.

Printed in Canada on acid-free paper by Best Book / Transcon Printing
cover design: Susan Shapiro

This book was published with support from the Connecticut Commission on the Arts, the National Endowment for the Arts, and donations from many individuals. We are very grateful for this support.

Library of Congress Cataloging-in-Publication Data

Six Vietnamese poets / edited by Nguyen Ba Chung and Kevin Bowen.
    p. cm.
    ISBN 1-880684-76-4
    1. Vietnamese poetry—Translations into English. 2. Vietnamese
Conflict, 1961-1975—Poetry. 3. Vietnam—Poetry.   I. Nguyen, Ba
Chung. II. Bowen, Kevin, 1947-   .
    PL4378.65.E5 S59 2001
    895.9'2213408—dc21

                                                    2001047387

published by
CURBSTONE PRESS
321 Jackson Street, Willimantic, CT 06226
www.curbstone.org

Acknowledgments

We wish to thank the editors of the following presses and journals where some of the translations in these or other versions first appeared:

Manoa: Pham Tien Duat, "A Bridge," "The Moon in Circles of Flame," "White Circle," "In the Labor Market at Giang Vo."

Illuminations: Lam thi My Da, "Untitled."

Santa Fe Poetry Broadside: Lam thi My Da, "Garden Fragrance," "Thére Is No Sea," "Skipping Stones," "Friends," "Dedicated to a Dream," "Rain."

Vietnam Cultural Window: Lam thi My Da, "Night Harvest," "Are You Good Enough?"

Americans' Favorite Poems, ed. Roberty Pinsky and Maggie Deitz. New York: W.W. Norton, 1999: Pham Tien Duat, "To Return to the Urges of the Beginning."

"Bombing at Seng Phen," "The Fire in the Lamps," "Deo Ngang: Crossing Pass," "White Circle," "To Return to the Urges of the Beginning," "In the Labor Market at Giang Vo," "At 59 Ba Trieu Street," "The Grave and the Sandalwood Tree," "A Retired General," "Woman Knitting," "Lullaby for the Minority Children Growing Up on Their Mothers' Backs," appeared in *Mountain River: Vietnamese Poetry from the Wars. 1948-1993*, eds. Kevin Bowen, Nguyen Ba Chung, and Bruce Weigl. Amherst: University of Massachusetts Press, 1998.

Contents

LÂM THỊ MỸ DẠ

NGUYỄN ĐỨC MẬU

XUÂN QUỲNH

INTRODUCTION
by Nguyen Ba Chung

Six poets—three women, three men—from the North and from the South, from the city and from the countryside. Poems written during the war and after. Poems written about the war and beyond it. These poems are the human record of the war on which we can meditate quietly, in the privacy of our choice, far from the explosions of bombs, the madness of battles, and the verbal pressure of ideologues.

Pham Tien Duat was seen by many as *the* poet of the war, of the soldiers on the frontline and their supporters in the rear. He traveled up and down the Truong Son mountains, living among the troops, following their footsteps into battle, hiding with them in caves during bombing raids, and, periodically but persistently, in rare moments of respite, reading poems to them at night in the starlit forest. One of the most memorized poems during the war, "Truong Son East, Truong Son West," was put into song and became the love song of the war-torn generation.

Xuan Quynh was the quintessential woman poet of the rear in the North. For a generation, her poems spoke for millions of women who had to stay behind, deeply in love but able to love only from a distance, who took care of the parents and the children without complaint, and yet at the same time demonstrated matchless tenacity forged by the twin curses of suffering and deprivation. Trapped in an incompatible marriage, she decided to get a divorce and started out anew, searching for freedom and authenticity. She met and fell in

love with Luu Quang Vu, a rising playwright six years her
junior. They married. Xuan Quynh put all her energy into
the marriage and into her life work as a poet. It was typical
of her that one of the last poems she wrote during her illness
and before an automobile accident that took her life and the
lives of her husband and two children, was "Time In White,"
a deeply moving poem about love and death.

Nguyen Duc Mau is a prime poet of the agrarian North, born
in the Red River delta and imbued with the rhythm and
sounds of its thousand-year-old village tradition. With the
deceptively simple but deeply expressive diction of *ca dao*
(folk songs), he writes about ordinary things with
extraordinary power—his aunt, an old soldier, a fever in the
forest, an old river, etc. A soldier of the Chien Thang
division, he was present in the Quang Tri citadel during the
fiery 1972 campaign. By sheer chance, he was ordered out
the night before the entire citadel was blown to smithereens
by U.S. bombs and artillery, wiping out an entire PAVN
division and a number of trapped ARVN units. That citadel,
now with only a few sections of its wall still standing, has
become a monument, for every inch of its ground has human
bones in it.

Lam Thi My Da was born in the South, in one of the poorest
areas of the country, in the central part of Vietnam. Her
poems are distinguished by their self-reflective and self-
questioning tone, especially about the role of woman-lover-
writer in a still implicitly male-dominated society. In a
traditionally Confucian culture, where women are expected
to assume a publicly subordinate posture, Lam Thi My Da
raises issues that are not ordinarily mentioned. She writes,
sometimes defiantly (*Are You Good Enough?*), sometimes
diffidently (*Untitled*), about their psychological cost. "Bomb-
Crater Sky," based upon a real story, is one of the most
powerful poems on the war.

Nguyen Khoa Diem was born in Hue, Thua Thien province, the former imperial capital of Vietnam, in a well-known family of scholars. He was regrouped to the North during the 1954-55 period when the country was, according to the Geneva Agreement, *temporarily* partitioned into two parts, pending a national election within two years. After graduating from the Teachers' Training College in Hanoi in 1964, he was quietly sent back to the South, working in the student movement in Hue University. Nguyen Khoa Diem is currently a member of the Politbureau, in charge of Culture and Ideology, the first intellectual of the post-Ho Chi Minh era who has held that position. In less than 50 lines of an excerpt from "The Land beyond the City," Nguyen Khoa Diem has gone through two wars, his father's anticolonial struggle against the French, and his own—and the powerful forces that drove both.

Y Nhi was born in Quang Nam, in central Vietnam, and regrouped to the North in 1954-55 quite by accident. Her father had joined the anti-French Resistance and left home early, leaving her mother to bear the entire burden of raising the children. Her mother made her living as a small trader of all sorts of petty goods up and down the coast of central Vietnam—Quang Nam, Quang Ngai, Quang Tri, etc. Life was hard, and hunger was always just around the corner. In 1954, her father unexpectedly ran into his wife during one of his far-flung assignments. Surprised and deeply concerned for his family's welfare, he arranged for them to go North. Y Nhi is known for her innovations, both thematic and stylistic. She did not write about the war *per se,* but more about its hidden impact on the land, the people, and herself. Employing mostly free verse, Y Nhi takes note of the scenes, sounds, and shapes around her—all perfectly ordinary: "the winter that throws its cloak over the city," "the bells that ring through the whole summer of sun," "the sandy hill that had no trees for cover," etc., but through them, once we get more deeply into the poem, we can sense the unmistakable shadow of the war, how it cuts into and colors every part of life.

Six poets. Eighty-one poems. These are not just a view of the Vietnamese-American war seen from the inside: they are a slice, albeit a living slice, of Vietnam's culture and history enduring one of the most horrific and longest wars of the twentieth century. They are, in a sense, to borrow a phrase from Philip Gambone, a long "love poem to ... its people." For that reason it is more than a record of the war: it's a record of human struggle in the face of extremity, of love, life, and death. There is in each of the poems an unmistakable *quality of heart*, a heart that has never failed to feel the deep pain of its fellow human beings. And it is that quality of heart—that deep pain—that gives the poets and their friends the abiding strength to struggle, to overcome, and to endure.

In his personal statement in the *Dictionary of Writers*, Nguyen Khoa Diem wrote that "three factors make for the quality of literature: Word-Action-Heart... Without an upright, compassionate heart, beautiful words [Word] and fiery dedication [Action] cannot themselves produce great literature." This is, perhaps, as true with writing as with politics, with revolution. A revolution without a heart is, in the end, an antirevolution.

Poems, unlike prose, are meant to say the most with the least. They are the fittest medium for things that cannot be said ("*Tonight that no one could put into words*"), or said as briefly as possible, for words can only lead us astray. The greater the pain, the deeper the silence. There are things which words will fail to express; they can only be lived and experienced. These are moments of poetry. We could be most fragile, but the resilience of the human spirit that can live through such fragility and hope in the midst of darkness takes the shape of a poem. Poetry, and only poetry, can encapsulate those moments into self-revealing flashes of un-referenced time.

The day is no longer the same: something has awakened
The light of the sun, the pebbles under our feet
the fragrance of the tangerine, the leaves by the road
...
Gusts of wind blow through the city in winter,
the day grows dark with longing and with hope.
We will reach the new land of the future:
your face, the song, the woodland, the distant shore.

(Y Nhi, "Letter In Winter")

6
Vietnamese
Poets

Người Đàn Bà Ngồi Đan

Giữa chiều lạnh
một người đàn bà ngồi đan bên cửa sổ
vẻ vừa nhẫn nại vừa vội vã
nhẫn nại như thể đó là việc phải làm suốt đời
vội vã như thể đó là lần sau chót

Không thở dài
không mỉm cười
chị đang giữ kín đau thương
hay là hạnh phúc
lòng chị đang tràn đầy niềm tin
hay là ngờ vực

Không một lần nào chị ngẩng nhìn lên
Chị đang qua những phút giây trước lần gặp mặt
hay sau buổi chia ly

Trong mũi đan kia ẩn giấu niềm hân hoan hay nỗi lo âu
trong đôi mắt kia là chán chường hay hy vọng

Giữa chiều lạnh
một người đàn bà ngồi đan bên cửa sổ
dưới chân chị
cuộn len như quả cầu xanh
đang lăn những vòng chậm rãi.

Woman Knitting

In the chill afternoon
a woman sits by a window, knitting.
She seems so patient and so anxious.
Patient, for she has the rest of her life.
Anxious, for these may be her last moments.
No sighs.
No smiles.
Is it grief she hides,
or happiness?
Is she filled with hope,
or doubt?

She never looks up.
Does she look back to first meeting,
or to last parting?

Does her knitting hide sorrow or joy?
Or is it hope or worry in her eyes?

In the chill afternoon
a woman sits by a window, knitting.
Under her feet,
a roll of wool, a coiled blue globe,
slowly unravels its circles.

Thư Cho Em

Tặng Nhơn

Giữa bận bịu cuộc đời thành phố
như mỗi người có nỗi vui riêng
như mỗi người riêng một lo toan
cha mẹ bận, các em cũng bận
anh chị thường đi vắng
mà mỗi lần ngồi lại nhắc về em
lại như thấy cả nhà chung nhau ý nghĩ.

Giữa khu rừng của em và hàng cây thành phố
giữa căn hầm của em và căn nhà ta ở
giữa bữa rau rừng em ăn với trái cà chín đỏ
giữa khẩu súng của em và trang sách hôm nay
em ơi em biết chừng nào gắn bó.

Các cháu đã lớn lên
qua B52 qua bom đạn kẻ thù
chiếc áo mới, những bài thơ cũng mới
các cháu tựu trường vào mùa thu
trong câu hát nhớ cậu là bộ đội
mũ tai bèo ôm khuôn mặt trẻ thơ.

Các cháu sẽ lớn lên
những mùa thu sau
những tháng năm sau rộng dài đất nước
tuổi trẻ của chúng rồi sẽ khác
những năm này tuổi trẻ chúng ta
nhưng phải đâu chỉ những bài thơ
nhưng phải đâu chỉ những câu ca
còn nhắc lại cánh rừng và trận đánh.

Hà Nội, 1973

Letter to a Younger Brother

To Nhơn

In the busy life of the city,
Each person has his or her own happiness,
Each person has his or her own worry.
Parents are busy, children are busy.
We who are often away
every time we are together, we think of you.
And share our worry.

Between the trees of your jungles and the trees of our city,
Between your camouflaged shelter and our home,
Between your meals of wild greens and our red ripe tomatoes,
Between your rifle and this page,
O brother, how tight the bond.

Our nieces and nephews are growing up
under B52s, enemy bombs, and gunfire.
They wear new shirts, read new poems.
When they start school in autumn
in their songs they'll see their uncles as *bo doi,*
sing of the *tai beo* hats hugging their innocent faces.

They will grow up,
and in the autumns to come,
in the months and years ahead, in the vastness of the country,
their youth will be different
from ours.
Not just because of the poems.
Not just because of the songs
still celebrating the jungle and the battles.

Ha Noi, 1973

Dẫu Chỉ Là Cơn Mưa

Mưa ồn ào mùa hạ
mưa dịu mềm mùa xuân
tháng ba ngày mưa nhuần
vòm hoa xoan tím ngát.

Đất cằn trong khô khát
bỗng mát lành sau mưa
cây lá xanh vườn trưa
lại nồng nàn hơi thở.

Anh có còn luôn nhớ
cái mùa mưa đầu tiên
con suối nhỏ bên thềm
bỗng cồn cào mưa lũ.

Anh có còn luôn nhớ
mùa đông mưa trắng đồi
hoa lau phơ phất gió
Dốc dài và suối Đôi.

Hay chỉ mình em thôi
tháng năm dài vẫn nhớ
như nhớ về đồng lúa
như nhớ về mặt trời
Chắc bền và rực rỡ
thân gần và xa xôi.

Em chẳng dám quên đâu
những gì mình đã có
để làm nên ngọn lửa
suốt một đời hai ta
dẫu chỉ là cơn mưa
em làm sao quên được.

1976

Even If Only a Drop of Rain

Summer rain, noisy rain,
spring rain, gentle rain,
March rain, endless rain
The *Xoan* flowers dressed in purple coats.

The soil dead in its thirst
suddenly revives after rain.
Shrubs and trees wilted in noon sun
breathe easily after.

Will you always remember,
that first season of rain,
the stream by the hut
suddenly flooded?

Will you remember always
how the winter rain turns the hill white,
how the reed flowers dance in the wind
along the *Dai* and the *Doi* passes.

Or is it only I
who will remember the days and years,
the missing paddies,
the missing sun,
those places so irrefutably, enduringly, burningly
close, yet so distant.

No, I cannot forget
what we have together,
the fire we built
blazing through our lives.
Even if it's only a drop of rain
I will not forget.

1976

Nghe Mưa

Nửa đêm choàng trở dậy
nghe mưa qua mái tôn
qua tiếng dừa xào xạc
qua mặt cát âm thầm

Ngoài ấy có mưa không
những phố dài cây lá
sấu xanh ngày cuối thu
bàng đầu đông nhóm lửa

ngoài ấy có mưa không
sông Hồng phù sa đỏ
thuyền có về trốn gió
im lìm bên chân đê

Gạch lát trên vỉa hè
chuông reo trên tàu điện
mặt hồ Gươm yên tĩnh
hoa sữa đường Nguyễn Du
lối quen ngoài cửa ô
trời xanh trên Thủ Lệ
mưa có về hay chăng

Mưa có về nơi anh
tiếng rơi ngoài cửa sổ

Ngoài ấy đã qua chưa
tháng dài, mùa mưa lũ.

Đà Nẵng, 11-1978

8

Listening to the Rain

Midnight I wake,
listen to the rain on the corrugated roofs,
on the rustling coconut leaves
on the sandy soil.

Is it raining there in the North?
Are the streets shaded by long rows of foliage trees,
is the *sadinpus* in late autumn green,
the *bang* tree lit in early winter fires?

Is it raining there in the North?
Does the red silt thicken on the Red River;
do boats return to hide from gales,
lie silently tucked in along the dike?

The bricks newly set on the pavement,
the bells ringing on the old streetcars,
the peaceful *Guom* Lake,
the *sua* flowers on *Nguyen Du,*
the old streets by the citadel gates,
the purple blue sky in *Thu Le,*
is it raining there?

Is it raining where you are?
Does the patter fall on your window sills?

All over the North, is it past,
the long slow months, the season of floods?

Da Nang, 11-1978

Với Lệ

Ngỡ như vẫn cùng nhau
đường Đại Từ đất đỏ
đồi lưa thưa hoa lau
rừng ngút ngàn nỗi nhớ.

Trang sách nào đã mở
bao mùa thu lá phong
trời xanh như nước mắt
lối mòn bao dấu chân.

Ngỡ Lệ vẫn đang gần
áo sẫm màu cỏ úa
lớp chúng mình giữa đồi
gió lùa qua vách nứa.

Nhiều đêm chúng mình nhớ
người đi dưới phố vui
chỉ nghe rừng trở gió
nước lũ tràn suối Đôi.

Năm tháng đã xa rồi
Lệ đi không về nữa
nhớ một thời tuổi trẻ
bao nẻo đường ta qua

Chiều nay mình trở về
Căn nhà xưa của Lệ
tưởng chỉ sau ô cửa
là chúng mình có nhau.

11-1978

With Le

It is as if we were still together
on the red-earth *Dai Tu* road,
the hill still sprinkled with reed flowers,
the forest deep, dark with longing.

How many pages opened,
how many seasons of maple leaves turning,
the sky washed the blue of teardrops,
the dirt path worn by passing feet?

It is as if, Le, you were still nearby,
your shirt the color of the fading fields,
our class hiding in the middle of the hill
winds circling through the bamboo walls.

How many nights thinking
how happy the people below in the city,
around us the forest's hot winds,
the flood surging over the *Doi* stream.

Months and years pass
with you gone, Le, never to return.
We long for that time of youth,
the many roads we crossed.

This afternoon I returned
to the garden of Le's old house.
For a moment I half expected
to find Le behind the door.

11-1978

Quảng Bình

Con tàu đã đi qua
tiếng còi thổi vô tâm
màu khói xám tan dần trên cây cỏ
như vẫn qua bao miền đất đỏ
bao hàng thông, đồng ruộng bên đường

Chỉ mình tôi nhận biết Quảng Bình
và chợt hiểu, đây miền ta yêu mến
sau xa cách lặng im, không hò hẹn
bỗng sững sờ, chính đất của mình đây

Tôi chợt hiểu lòng tôi qua suốt tháng ngày
qua những dòng sông, cánh rừng, thành phố
qua suốt cả chia lìa, gặp gỡ
đã trở về chính đất của mình đây

Đã trở về những động cát gió bay
nơi em chết giữa năm mười tám tuổi
nơi bom nổ, trơ vơ giữa thành Đồng Hới
em đắp đường, áo vá, tóc vàng hoe

Đã trở về đồi sỏi vắng cây che
nắng gay gắt trên bờ công sự
anh khẽ hát bài ca ngọn cỏ
mắt xa xăm dõi phía chân trời

Đã trở về thời tuổi trẻ của tôi
ngụm nước lá sim qua buổi chiều Quảng Trạch
đêm bên biển đợi thuyền, không ngủ được
ngỡ gió vừa đổi hướng dưới bờ thông

Quang Binh

The train has left;
its whistle blows carelessly.
Gray smoke fades along the lines of trees and reeds,
disappears over the uncountable sections of red earth,
pine trees, rice paddies.

Only I can recognize the face of *Quang Binh*,
suddenly realize this land so close to my heart.
After so much absence, so much silence, no promises to return;
my mind in tumult realizes this land is truly mine.

I understand my feelings now all those months and years
through all the rivers, forests, cities,
through the farewells, the meetings,
finally I am come back to that place that is my own.

I come back to the sand caves where winds still blow hard,
where at eighteen, younger brother, you died,
to where the bombs fell, and *Dong Hoi* citadel stood in silence,
to where you patched roads in tattered clothes as your hair
yellowed with illness.

I come back to the sandy hill that had no trees for cover,
where the harsh sunlight beat down on the old ramparts,
where, elder brother, you raised your voice softly above the
grass
where your eyes turned slowly, vacantly toward the horizon.

I come back to the home of my youth,
to the cup of *sim*-leaf juice at *Quang Trach* in the afternoon,
to the night by the sea, waiting for the boat, sleepless, tense,
misjudging how the wind changed course by the bank of pine
trees,

chân đi qua gai góc những dặm đường
hoa lau trắng theo dấu người phơ phất
hoa mẫu đơn đỏ tươi, hoa chạc chìu tím ngát
quân kéo về, màu cỏ úa thân quen
em nói câu gì, chú bé mặc áo đen
tôi hòa lẫn trong sắc màu, giọng nói
tôi thảng thốt, lo âu, chờ đợi
lá cờ bay thấm thiết trước hàng quân
đêm dài nghe súng giặc phía bờ Nam
lòng theo mãi về nguồn sông Bến Hải.

Đất ấy mở dưới bàn chân nhẫn nại
trời ấy xanh khao khát mắt ta nhìn
thời tấm lòng tin cẩn, yêu thương
bàn tay mở trước bàn tay bè bạn.

Tôi chợt hiểu giữa cuộc đời ta sống
có những điều hệ trọng lớn lao
bỗng nhận biết khi về miền đất cũ
khi con tàu đã đi qua, chỉ mình ta ở lại
và sững sờ, chính đất của mình đây.

7-1979

14

feet trampling over the thorns and pebbles
and white reed flowers leaning after dark shadows of men
and the deep purple *chac chiu,* red peonies,
the troops returning, the familiar yellow grass.
You said something, younger brother, in your black uniform.
I melted into the colors, the sights, the sounds,
part worried, part expectant, part anxious,
the colors flying passionately before the troops.
Through the long night we could hear the enemy guns firing
on the Southern banks,
our hearts flowed back to the head of the *Ben Hai* River.

To where the land opened up beneath our patient feet.
That purple blue sky, our eyes could never see enough of it.
That time when we had faith, when love was steadfast,
when our open palms met the open palms of our friends.

For a moment I see clearly
things not easy to see in the midst of life,
things of weight and gravity.
I've come back to my homeland, the land of my birth.
The train has gone, leaving me alone at the station.
I step onto the land, truly my land at last.

7-1979

Kính Gửi Mẹ

Con đã đi rất xa rồi
ngoảnh nhìn lại vẫn gặp ánh đèn thành phố.

Sau cánh rừng, sau cù lao, biển cả
một ánh đèn sáng đến nơi con
và lòng con yêu mến, xót thương hơn
khi con nghĩ đến cuộc đời của mẹ
khi con nhớ đến căn nhà nhỏ bé
Mẹ một mình đang dõi theo con.

Giữa bao nhiêu mưa nắng đời thường
đã có lúc lòng con hờ hững
thấy hạnh phúc của riêng mình quá lớn
ngỡ chỉ mình đau đớn xót xa thôi.

Giữa bao nhiêu năm tháng ngược xuôi
đã có lúc lòng con đơn bạc
quên cả những điều tưởng không sao quên được
như người no quên cơn đói của chính mình.

Sao đêm nay se thắt cả lòng con
Khi con gặp ánh đèn thành phố
nơi mẹ sống, mẹ vui buồn, sướng khổ
chỉ một mình tóc cứ bạc thêm ra.

Sao đêm nay khi đã đi xa
lòng con bỗng bồn chồn quay trở lại
bên đời mẹ nhọc nhằn dầu dãi
nỗi mất còn thăm thẳm trong tim

Đời mẹ như bến vắng bên sông
Nơi đón nhận những con thuyền tránh gió
Như cây tự quên mình trong quả

To Mother

I have gone away, so far away,
when I look back, I see nothing but the city lights
　　　　　washing the horizon.

After the forest, the island, the sea,
a simple light from a lamp brings me
thoughts of love, pain, deep regret,
thoughts of your life
the small house where you live on alone
treading the worn patterns of ancient footsteps.

Beneath the fall of rain and sun
I have my moments of indifference,
nothing more important then than my own happiness,
my own sorrows and distress.

Days and months I race about
and in moments turn callous,
forget things I never thought I could lose,
just as the full stomach forgets the famine.

But tonight I feel all knotted up inside.
I see the bright lights and I think
of you at home, your joys and sorrows,
your hair turning white.

I am far away tonight and yet
my heart goes rushing back
to you, to your rough face,
the losses buried deep in your heart.

Your life, like the deserted pier by the river,
a shelter for boats running from storms,
like the tree that forgets itself in giving its fruit,

quả chín rồi ai dễ nhớ ơn cây
như trời xanh nhẫn nại sau mây
con đường nhỏ dẫn về bao tổ ấm

Con muốn có lời gì đằm thắm
ru tuổi già của mẹ tháng năm nay.

Đà Nẵng - Hà Nội, 11-1978

and whose gift of ripeness is quickly forgotten,
like the sky throwing its arms patiently up to the clouds,
like the path leading the exiled back to their safe, warm homes.

I only want to offer you a few words of love,
lilt you a lullaby for the days and years ahead

Da Nang - Ha Noi, 11-1978

Thư Mùa Đông

1

Bắt đầu từ đâu, sẽ bắt đầu từ đâu
khi mùa đông tràn về thành phố
con sông lớn theo một mùa bão gió
đã thu mình chảy giữa những bờ ngô.

Sẽ bắt đầu từ đâu khi trên đường ngoại ô
gió heo hút thổi qua con tàu vắng
tiếng chuông reo suốt mùa hè đầy nắng
như lặng chìm trong tiếng gió đi qua.

Đã đóng kín rồi cửa sổ những ngôi nhà
đã xao xác bao vòm đại thụ
ánh sáng cô đơn ngọn đèn ngoài phố
bao con đường vắng bóng người qua
thuyền đã về nép dưới chân đê
lá đã rụng trong vườn cây ngoài cửa.

Những mùa đông, dẫu lại mùa đông nữa
kỳ diệu sao nếu ta lại bắt đầu
với ánh sáng bập bùng ngọn lửa
màu cát vàng đầm ấm bãi sông xa
buồm thẫm nâu trong chiều muộn chợt về
hoa cúc trắng tần ngần qua các phố.

Đêm mùa đông ào ào tiếng gió
ai hát xa vời lẩn khuất trong mơ
trang sách mở ra khép lại tự bao giờ
những hàn gắn ồn ào, cách chia lặng lẽ
bước chân khua vang, bước âm thầm nức nở
như vẫn còn xao động cuộc đời ta.

Letter In Winter

1

Where to begin, where to find a starting point
when winter throws its cloak over the city,
when the river swells in the stormy season
and rushes along the banks of the corn fields?

Where to begin, when on the roads outside the city
the winds beat silently through empty trains,
when bells that rang through a whole summer of sun
fade away into the folds of the passing winds?

All the windows are tightly shut.
The canopies of the giant trees are whispering
of the lonely light cast by the city lamps
in deserted streets.
The boats are returned to their dike moorings.
The leaves fall in the garden beyond the porch.

Here comes winter, and many more winters.
How can we, by some miracle, start over again,
like the dancing flames of the fire
on the warm yellow sands of a distant river?
How can we ward off the dark sadness of late afternoon,
the uncertainty of the white chrysanthemums on the streets?

Winds howl through the winter night.
A singer's voice fades in and out as if in a dream.
Pages once open close again, no one knows since when.
All the noisy reconciliations, the silent leave-takings,
the boisterous strides, the mournful, muffled footsteps
still reverberate through our lives.

2

Thành phố đông lạ thường
một cuộc chiến tranh đã đi qua
chỗ những ngôi nhà đổ, những dãy phố đổ
chỉ còn lại phù điêu và những bức tượng đài
đường đang mở rộng ra, đang trồng thêm cây
nhà ga đã dựng xong, vườn thêm bồn hoa mới
chiếc đu quay những vòng quay sáng chói
những áo sắc màu sặc sỡ, vô lo
loa phóng thanh với những bài ca
không nhắc lại tiếng còi báo động.

Những nghị quyết trung ương, những công trình lớn
những Thác Bà, Kẻ Gỗ những Thăng Long
những khu nhà lắp ghép mới xây xong
màu sơn mới trên nghìn ô cửa nhỏ.

Mà lòng tôi giữa ồn ào thành phố
Vẫn có bờ lau sậy con tàu đi
giữa những bức tranh giữa nhưng bài ca
vẫn còn lại bao bến than lầm lụi
giấc ngủ bình yên trong căn nhà mới
còn bao nhiêu dông gió cánh rừng xa.

Có thể nào lại mất trong ta
đốm lửa ấy cơn mưa rào buổi ấy
miền cát nóng bờ cây khô như cháy
hoa quì vàng trên nền cũ nhà ai
nước lá sim đắng chát đường dài
căn lều nhỏ mưa lùa qua cửa liếp.

Nếu có thể một lần nói được
những gì chưa nói nên lời
tôi xin nhắc tháng ngày gian khổ ấy
đã thành sao lặng lẽ sáng trong tôi.

2

How crowded the city
a war has just passed through.
Streets with ruined houses, whole blocks devastated,
a few familiar patterns, a few monuments left;
now roads widened, trees planted,
new train station, new flower basin in the garden,
the electrically lit swing, its bright circles of light,
multicolored shirts and dresses, the carefree, the
untroubled, loudspeakers blazing out new songs.
No mention of the sound of the old alarms.

Grand Central committee resolutions, grand schemes
at *Thac Ba, Ke Go, Thang Long.*
Prefabricated buildings newly erected,
new layers of paint frame thousands of old windows.

Yet in the midst of the sounds of the city,
boats still move through the wild reed banks.
In the midst of the posters and songs
piers are loaded with back-breaking sacks of coal.
In the peaceful slumber of a new house
gales lie in wait, moving in from distant forests.

Is it possible that we have lost it all,
the fire, the fresh feel of the rain,
the hot sand, the patch of trees, dry and blazing,
the yellow *qui* flower on someone else's plot,
the *sim* leaves' juice so bitter on the roadside,
the tiny hut, rain-soaked through its bamboo door?

If I could speak just one thing
I've not been able to turn into words,
I'd like to speak of those days and months of hardship,
of the star quietly burning bright inside me.

Thành phố đông lạ thường
trong đêm nhiều gió bấc
cô gái áo đỏ đi qua tôi mặt sáng ngời hạnh phúc
sao tôi lại nhớ về câu thơ của anh
Nước da mét xanh còn rung cơn sốt
*Trưa chang chang rẫy nắng rừng gia**
sao tôi lại nhớ về câu thơ của anh
chúng tôi uống nước suối, ăn lương khô
*Miếng đường nhỏ chia ba trên đỉnh dốc***

Áo chói chang, mặt sáng ngời hạnh phúc
cô gái đi qua tôi dưới bóng những bờ cây
sao tôi chẳng thể nào quên được
câu thơ viết về người đã khuất
Những năm tháng chiến tranh thử thách mỗi người
*ta lọc lại cho ta những gì trong sạch nhất**
Sao tôi chẳng thể nào quên được
người nghệ sĩ đã ngã xuống bên con rạch gần cửa sông
ánh chớp mìn claymo bàn tay chầm chậm buông rời
                              *tàu dừa nước***
Đêm thanh cao dịu đằm như tiếng hát
Cô gái đi qua tôi dưới bóng những bờ cây
Cô sẽ nói điều gì về hạnh phúc
Cô sẽ nói điều gì về những câu thơ
Cô sẽ nói điều gì

3

Con đường nói gì đâu
hàng cây nói gì đâu
chỉ gió thổi ào ào qua mái phố

Suối trong đất đã thành công rực rỡ

* Thơ Ngô Thế Oanh
** Thơ Thanh Thảo

The crowded city.
A night blasted by gusts riding down from a northern gale,
a girl in a red dress passes me, her face blazing with rapture.
I am reminded of your poem—
"The bluish pale skin still shaken by fever
The fiery noon, the sun-lit clearings, the old forest..." *
I am reminded of your poem—
"We drank stream water, and ate our dried food
the cube of sugar divided into three at the top of the pass..." **

In her dazzling dress, her face so radiant and happy,
the girl passes by me under the trees' shadows.
How is it that I can never forget
lines written about those who are dead?
"The months and years of war touched everyone.
We sifted life to find what was pure and fine." *
How is it that I can never forget
"the artist felled by the canal near the river mouth
in the glare of the claymore his hand slowly let go of the
                                            palm leaf" **
The night deep and clear as a song,
The girl passes by me under the trees' shadows
What will she say about happiness?
What will she say about the lines of these poems?
What will she say?

3

The road says nothing.
The trees say nothing.
Only gust after gust blows through the streets.

Still the underground stream works its miracle:

* From a poem by Ngo The Oanh
** From a poem by Thanh Thao

mầm mảnh mai một sớm đã là cây
lời yêu thương gìn giữ giữa tháng ngày
không thể nữa, thành thơ thành tiếng hát
ngày lạ lùng có gì như tỉnh thức
ánh mặt trời, sỏi đá dưới bàn chân
mùi quýt thơm gay gắt, lá bên đường
căn phòng nhỏ, ánh mắt nhìn thân thuộc
lại có gì xa vời như chẳng thực
nơi ngọn đèn hun hút cuối đêm sâu
nơi thời gian biền biệt buổi xa nhau
bỗng ngắn lại trong phút giờ gần gũi.

Đâu miền đất anh qua, đâu vùng làng anh tới
những vui buồn chua xót của đời anh
cho tôi xin gìn giữ tận lòng
qua suốt cuộc đời tôi trong gió cháy
trong cát nóng, dưới mặt trời tháng bảy
một chùm hoa bỗng nở dưới hàng thông
trong biển kia sóng dữ dội khôn cùng
êm ả vỗ dưới chân người đi biển
trong cánh rừng sau mùa mưa bão lớn
cây dịu dàng mở lá dưới trời xanh.

Gió ào ào qua thành phố mùa đông
ngày thăm thẳm những trông chờ mong đợi
đất lạ lẫm ngày mai ta sẽ tới
gương mặt người, tiếng hát, mấy bờ cây.

Đông 1977

in a short time the once tiny seeds have turned to leaf.
Words of love no longer preserve us through months and days,
they become poems, songs.
The day is no longer the same: something has awakened.
The light of the sun, the pebbles under our feet,
the fragrance of the tangerine, the leaves by the road,
the small room, the familiarity of a look,
even distant, with a touch of the unreal,
like the lamp flickering in the depths of night,
the endlessness of the time we were separated,
which seemed so short when we were reunited.

What landscapes have you passed through, what villages?
The joys, the sorrows, the bitterness of your life:
let me keep them in my heart.
The wind and fire of those days,
the sand burning under the July sun,
let them become flowers blooming suddenly under a column
of pines;
in the seas where the waves are raging
let them be the water that calmly splashes the seagoers' feet;
in the forest after a season of violent storms
let them be the plants that gently open their leaves to the
reddening sky.

Gusts of wind blow through the city in winter,
the day grows dark with longing and with hope.
We will reach the new land of the future:
your face, the song, the woodland, the distant shore.

Winter 1977

Về Thái Nguyên

Không chờ đợi sự tha thứ cho lỗi lầm
không chờ đợi lời an ủi cho nỗi khổ
không chờ đợi niềm vui nồng nhiệt
tôi mong được yên tĩnh cùng miền đất cũ
nơi dòng suối mềm chảy len dưới khóm trúc mùa thu.

Tôi thức nói với mình trong đêm
ta đã trở về, đã trở về
ôi con đường nhỏ ven đồi lau xám.

Tôi cách xa nơi này hai mươi năm
thiếu nữ đã là người đàn bà ở tuổi bốn mươi
cam chịu và cuồng nộ, mong mỏi và buồn nản
đem cho và nhận về, kiếm tìm và đánh mất
giản đơn và rối ren, lớn lao và cạn hẹp
tôi đứng kề bên giới hạn của mình
như đứa trẻ lên 10 trong giờ thể thao đứng run sợ trước con
cừu gỗ

nhưng tôi không còn nhiều thời gian do dự
không còn nhiều thời gian cho sai lầm
tôi đi trên đoạn đường còn lại
không nguôi quên nguồn sáng mặt trời chảy như xối qua
cánh rừng 20 năm cũ.

Trong lòng tay đã chai, tôi còn giữ quả bóng màu hạnh phúc
một ngày kia nó sẽ ánh lên màu sắc khác
có lẽ...
nhưng giờ đây cho tôi được cám ơn
vì không có ánh nhìn ái ngại
không có tiếng cười ồn ào.

Return to Thai Nguyen

Don't wait for mistakes to be forgiven.
Don't wait for suffering to be consoled.
Don't wait for ardent joys to arrive.
Peace with the old land: that's all I want,
and the gentle stream that winds through the bamboo hedge
in autumn.

I lie awake talking to myself at night.
I have come back.
I see the narrow path by the rise of gray reeds.

I left this land twenty years ago.
A young girl. Now a woman of forty.
Yielding and furious, expectant and sorrowful
giving and taking, searching and losing
simple and perplexed, vast and shallow
I am a person who stands very close to her limit,
a child who trembles before the pommel horse in the gym.

I don't have much time for brooding,
or for mistakes.
I take the stretch of road that's left,
thinking of the brightness of a sun that streamed furious light
twenty years ago in the forest.

In my calloused palm I grip a ball the color of happiness.
One day, perhaps,
it will have a different color.
But for now I offer my thanks.
No need for looks of concern,
or for noisy laughter.

Trên con đường đất đỏ
mưa tháng 10 nhòe ướt dấu chân trở lại.

Thái Nguyên, 10-1984

On this red dirt road I hear the October rain.
It muffles and softens the fall of returning feet.

Thai Nguyen, 10-1984

Ngày Thường

Tiếng trẻ reo ngoài vườn
láng giềng qua trước ngõ
rau muống đầu mùa lên cao
hoa cuối xuân giá hạ
ai mở phòng tranh trên phố Ngô Quyền
anh bán rắn ngồi ngoài hồ Thuyền Quang
người ngơ ngẩn trước quầy sổ số
người xếp hàng mua thuốc lá Sa Pa

Loay hoay trang sách cũ
lời bình từ năm xưa
thơ cộng tác viên dày cộp
đọc từ mùa nắng sang mùa mưa
quần của con cần xuống gấu
gạo hết, lo xếp hàng
cành lá trên rèm cửa sổ
xanh từ ngày sang đêm.

Lòng chợt ước ao
một *tiếng gõ bất thường* sau cánh cửa.

4-1985

Ordinary Days

The children's call from the garden.
The neighbor passing the gate.
Rau muong greens tall early in the season.
Flower price falling in late spring.
Who is opening an art gallery on *Ngo Quyen* street?
The snake-seller sits by *Thuyen Quang* lake.
Lines of men and women queue in front of the lottery stall.
Lines of men and women wait to buy *Sa Pa* cigarettes.

Men and women turn the old pages back and forth,
the commentaries of years past.
Thick bundles of poems from ambitious poets
are read from the season of sun to the season of rain.
Hems of children's pants needing to be dropped.
Rice bag empty, time to stand in line.
Branches by the window curtain
green from day until night.

The sudden yearning for
a *not-ordinary* knock on the door.

4-1985

Ngày Thường II

Tôi cầm những đồng tiền lẻ
như nhà thơ cầm giữ từ ngữ
những đồng tiền nhàu nát
như những từ ngữ đã được dùng bao thế kỷ
tôi tính cách tiêu tiền
khó khăn như nhà thơ tìm thi tứ

Tôi đứng giữa chợ
cô độc như nhà thơ
đấu tranh cho sự công bằng của giá cả
của cân, đo, đong, đếm
tôi tìm đến cái tươi mới của thực phẩm
tìm đến màu sắc của rau cỏ
sự tương phản, cái đối chọi của mùi vị.

Và trong gian bếp nhỏ
như một nhà thơ biết tiết chế
tôi vừa đun nấu trên ngọn lửa bếp dầu chút thức ăn ít ỏi
vừa nghĩ đến vẻ đẹp thực chất của bữa ăn
niềm hạnh phúc *tôi có thể* đem lại cho mọi người.

4-1985

Ordinary Days II

I hold a few small bills
as a poet holds his phrases.
The bills badly wrinkled
like centuries-old clichés.
I find a way to shop
as frugal as the poet seeking the Muse.

As lonely as the poet
I stand in the middle of the market
fighting for fair prices,
fair weight, measure, scoop, count.
I look for the freshness,
the hues of vegetables, contrast,
a dialogue of taste and sense.

In a small kitchen,
like a poet carefully restrained,
I cook a very small portion on the flame of an oil stove,
think of the beauty, the spicy taste of the meal,
the pleasure it will bring to everyone.

4-1985

Tiểu Dẫn

Tôi không ưa đồ trang sức
Kể cả nhẫn, vòng và các chức danh.

Tôi không coi tất cả đều quan trọng
cũng không xem thường mọi thứ
tôi biết có những trò đùa cay nghiệt
và những việc nghiêm trang lại là một trò đùa.

Tôi đã bị lừa dối, phản trắc
đã được tin cậy, yêu thương
đã lội qua bùn
đã đi trên cát
tôi đã tới những ngõ cụt
và cũng đã tới biển.

Tôi thường mua đắt mọi thứ
với vốn liếng ít ỏi của mình
hay làm vỡ các đồ dùng bằng sành, sứ, thủy tinh
tôi làm mất xe đạp
mất ví tiền, tem phiếu và chứng minh thư.

Tôi rất ít bạn
đôi khi tôi mất họ vì một lẽ nào đó
ngoài 30 tuổi tôi không tìm thêm bạn mới
và không thường giao du với các đồng nghiệp.

Trong các nhà thơ mà tôi biết
tôi yêu thơ Nguyễn Du và Nguyễn Gia Thiều.

Preface

I do not like ornaments
including bracelets, titles, and rings.

I do not like the fact that everything is important.
Nor do I consider everything unimportant.
I know jests and games can be brutal
and that real serious business can be a joke.

I have been deceived and betrayed,
trusted and loved.
I have waded through mud.
I have walked over sand.
I have come to many dead ends,
but I have also reached the sea.

I often pay dearly for every little thing.
I have very few assets.
I often break things made of clay, ceramic, glass.
I lost my bicycle,
my purse, my ration card, my identity papers.

I have few friends.
Sometimes I lose my friends, for reasons that are unclear.
Over thirty, I can't make new friends.
I haven't much contact with my colleagues.

Among the poets I know
I love the poems of Nguyen Du and Nguyen Gia Thieu best.

Tôi ngại các tiệc vui
nhiều khi tôi khóc vì chính cái khiến những người quanh tôi
vui sướng
và lại muốn thét lên khi mọi người yên lặng.

1984

I dread boisterous parties.
Sometimes I cry about the very things that bring people
around me happiness.
Sometimes I want to scream when everyone around me is silent.

1984

Translators' Note:
Nguyen Du (1765 -1820), the author of *The Tale of Kieu*, is one of the
best-known poets of Vietnam. Nguyen Gia Thieu (1741 - 1789), the author
of *Cung Oan Ngam Khuc* ("The Concubine's Lament"), is another
important 19th-century author.

Tự Do

Chị đã lường trước sự đói khát
đã lường trước những đòn tra tấn hiểm nghèo
đã lường trước cái chết
nhưng chỉ đến khi đứng sau song sắt nhà tù
chị mới hiểu tự do.

Đó không phải là cái cách một người đói hiểu giá trị
của bữa cơm
một người ốm quý trọng thuốc
cũng không giống như kẻ bất hạnh luyến tiếc tình yêu.

Lúc no người ta không nhớ đến cái ăn
lúc khỏe người ta quên thuốc
người ta cũng thôi nghĩ về may mắn trong hạnh phúc.

Nhưng với chị
ngay cả khi không còn tù ngục
tự do vẫn như một ám ảnh
một dày vò
một khát vọng.

6-1985

Freedom

She has thought about hunger, thirst,
thought about deadly beatings and torture,
thought about death.
But only after standing behind barred windows
did she understand the meaning of freedom.

It isn't the way the hungry understand
the value of a meal,
not the way the sick prize drugs.
Not even the way the star-crossed
long for the beloved.

When they are full, people do not think of food.
When they are healthy they forget medicine.
They stop thinking about luck when they're happy.

But with her,
even when she isn't in prison
freedom is still an obsession,
a torment,
a yearning.

6-1985

Khoảng Trời Yêu Dấu

Khi nhà em ở phía đông
Mỗi ban mai, mặt trời hồng chỗ em
Tưởng như em đó bên thềm
Hồng hào chải mái tóc mềm xuống vai.

Lòng anh bát ngát ngày dài
Mênh mông hoa lá mang hoài nắng em
Hỡi người con gái dịu hiền
Hóa thân làm mặt trời bên cuộc đời

Yêu em, yêu cả khoảng trời
Sương giăng buổi sớm, nắng dời chiều hôm
Tháng tư giông chuyển bồn chồn
Hạt mưa vây ấm, nỗi buồn cách xa...

Phía em, phía của quê nhà
Trắng là tóc mẹ, xanh là áo em
Anh đi kháng chiến trăm miền
Hướng dương thương nhớ vẫn nghiêng phía này

6-1970

A Piece of Loving Sky

Your house lies off in the East. At dawn
the sunlight washes it clean. I think of you
standing out on the veranda, combing
long black tresses across a shoulder.

The heart makes an endless day;
sunlight makes leaves and flowers brim over.
You, my loving friend, — you are
the sun that always bathes me.

Loving you is like loving the endless sky,
the dew of morning, the dusk of night,
the first wind foretelling April storms,
the rain's enveloping warmth, the distance that calls us.

You are where my home is.
How white is mother's hair, how green your dress.
The Resistance path may lead in a hundred directions;
but like the flower, my face always turns back to you.

6-1970

Khúc Hát Ru Những Em Bé Lớn Trên Lưng Mẹ

Em ru Tai ngủ trên lưng mẹ ơi
Em ngủ cho ngoan đừng rời lưng mẹ
Mẹ giã gạo mẹ nuôi bộ đội
Nhịp chày nghiêng giấc ngủ em nghiêng
Mồ hôi mẹ rơi má em nóng hổi
Vai mẹ gầy nhấp nhô làm gối
Lưng đưa nôi và tim hát thành lời:

—*Ngủ ngoan a Kay ơi, ngủ ngoan a Kay hỡi*[1]
Mẹ thương a Kay, mẹ thương bộ đội
Con mơ cho mẹ hạt gạo trắng ngần
Mai sau con lớn vung chày lún sân …

Em cu Tai ngủ trên lưng mẹ ơi
Em ngủ cho ngoan đừng rời lưng mẹ
Mẹ đang tỉa bắp trên núi Ka Lưi
Lưng núi thì to mà lưng mẹ thì nhỏ
Em ngủ ngoan đừng làm mẹ mỏi
Mặt trời của bắp thì nằm trên đồi
Mặt trời của mẹ, em nằm trên lưng

—*Ngủ ngoan a Kay ơi, ngủ ngoan a Kay hỡi*
Mẹ thương a Kay, mẹ thương làng đói
Con mơ cho mẹ hạt bắp lên đều
Mai sau con lớn phát mười Ka Lưi…

---

1. A Kay:con (tiếng Tà-Ôi)

Lullaby for the Minority Children Growing Up on Their Mothers' Backs

Baby Cu Tai, sleeping on the back of your mother,
please rest well, don't leave her back.
With each step your mother pounds rice for our soldiers.
Your sleep bends to the rhythm of the pestle.
Your mother's sweat falls on your chin, burning;
her thin shoulders are your pillows.
Her back is a hammock;
her heart sings with these words.

"My A Kay, sleep well, A Kay,[1]
I love you and I love the soldiers.
Please dream of white rice for me,
and tomorrow when you grow up
your pestle will beat a new earth."

Baby Cu Tai, sleep on your mother's back;
Sleep well, please, don't leave her back.
Your mother is sowing corn on Ka Lu'i Mountain.
The back of the mountain is so large
and the back of the mother so small.
Sleep well, baby, don't make your mother weary.
On the mountain, the sun beats down on the corn.
On a mother's small back, a mother's son is sleeping.

"My A Kay, sleep well, please sleep well.
I love you and I love our hungry village.
Please dream of buds of corn for me,
and tomorrow when you grow up
you'll clear ten Ka Lu'i mountains."

---

1. A Kay is the word for child in the language of the Ta-Oi minority group.

Em cu Tai ngủ ngoan trên lưng mẹ ơi
Em ngủ ngoan đừng rời lưng mẹ
Mẹ đang chuyển lán, mẹ đi đạp rừng
Thằng Mỹ đuổi ta phải rời con suối
Anh trai cầm súng, chị gái cầm chông
Mẹ địu em để đi đánh trận cuối
Từ trên lưng mẹ, em đến chiến trường
Từ trong đói khổ, em vào Trường Sơn

—*Ngủ ngoan a Kay ơi, ngủ ngoan a Kay hỡi*
Mẹ thương a Kay, mẹ thương đất nước
Con mơ cho mẹ được thấy Bác Hồ
Mai sau con lớn làm người Tự Do....

25-3-1971

Baby Cu Tai, sleep on your mother's back.
Please sleep well, don't leave her back.
Your mother is moving her hut, working her way through the
                                                        jungle.
The American soldiers forced us to move from the stream;
So young men hold guns and young women plant pungi sticks.
Your mother carries you toward the final battle.
From your mother's back, you will go toward the front.
From your hunger, you will go to the Truong Son mountains.

"Please, my A Kay, please sleep well, sleep well.
I love you and I love my country.
And please dream of your mother seeing Bac Ho,
and tomorrow when you grow up,
you will live as a man in Freedom."

3-25-1971

Đất Ngoại Ô

Khu phố ngoại ô
tấm tã rụng bên dòng sông
Những dân nghèo về đây
như vỏ hến chiều chiều tấp lên các bến
Khu phố ngoại ô
Chân đất, đội áo nối vai
Le te chợ Hôm, chợ Mai
Đầu tắt mặt tối.

...

Tôi lớn lên trên khu phố buồn đau
Không còn gặp cụ Trâu[1] và những lâu đài xưa cũng chìm
dần trong xanh trùm kín cửa
Vườn thơ xưa không còn gã áo trắng đi về
Ngơ ngẩn đọc thơ buồn trong tiếng guốc cạo râu
Chỉ còn người phu xe cũ
Nghiêng cốc rượu chiều nhòe những mái tôn
Chỉ có nắng trời làm rát mặt những quán nghèo bám bờ
đường nhựa
Chỉ còn mẹ tôi ngồi bán hàng suốt mùa mưa
Nước mắt thương chồng lạnh như hạt mưa đọng qua cửa
thùng gương
Ôi những cuộc đời sụt lở dần theo con nước mỗi năm lùa vô
Đập Đá

---

1. Cụ Trâu: Một cụ già nghèo khổ thường kể vè trên các ngã đường thành
phố Huế

The Land beyond the City

In the land beyond the boundaries of the city,
the wash is scattered along the riverbanks.
The poor are gathered there too, like heaps
of shellfish dumped on a pier in the afternoon.

In the land beyond the boundaries of the city,
the people hurry to and fro, Early Market
and Late, dawn to dusk, the feet bare, the shirts
tattered, and backs breaking under a heavy sun.

I grew up in one of those houses
in the sad land beyond the city,
where old, wandering Mr. Trau[1]
no longer sings, where the palaces
are hidden behind thick forest,
their doors locked. The young
in their white shirts no longer sit
in those ancient gardens reading
poems while outside on the streets
busy people scuff past. Now
only cyclo drivers sipping drinks
in the afternoon under the wavering
shade of a rusted roof. Only a heavy heat
pounding on the flimsy stalls that cling
to the roadside. Only my mother
selling souvenirs all through the rainy season,
her grief for her lost husband stubborn
and cold as the rain on her glass cases.

Only these lives falling apart slowly
the way the road at Dap Da crumbles
in the annual flood.

---

1. Mr. Trau is a vagabond storyteller on the streets of Hue City.

49

...

Ôi mùa phượng hay lòng tôi cháy đỏ
Chúng tôi đi. Từ cửa ngoại ô này
Cái vẫy tay cuối cùng của thành phố thân yêu
Mười lăm năm đâu phải một ngày xa
Thằng bạn cũ đã thành đồng chí

...

Có bao giờ như buổi sáng Xuân nay
Chúng ta bay, nhìn độ lửa, ta bay
Đất đuổi giặc, đất vươn dài bén gót
Mang Cá tan hoang, Phú Bài vỡ mặt
Ngoại ô mở rồi trăm cửa ta băng băng
Trái tim hồng lắp đầu súng chống tăng
Ta đã lớn, ơi mẹ, em, đồng chí
Dưới mái xưa nhìn theo ta ứa lệ
Sức trăm năm nay chuyển xuống lòng đường
Cả ngoại ô làm chiến lũy sông Hương

...

Cám ơn mẹ sinh con trên thành phố
Ngàn ngày nắng vừa mưa, mười lăm năm bỡ ngỡ
Nay con lại chào Người dưới một vùng đạn lửa
Người đẹp vô cùng với khẩu súng trong tay
Con lại về thăm ảnh cha xưa
người chiến sĩ đánh Tây
Mười lăm năm, mới có mặt trên bàn thờ

What was it I felt the most—
the fire of *phuong*-tree leaves,
or the flames in my heart—
when we left behind that sad row of houses?
Fifteen long years ago, not days.
Time enough for a childhood friend
to become a man who knows war.

But there has never been a spring morning
like this one. We seem to fly above the line
of fire, as even the earth itself seems to rise up
against our enemy to chase after their heels.
Mang Ca fortress has been shattered,
Phu Bai base shredded.

In the land beyond the boundaries of the city
now a hundred doors open for us;
our rockets are armed with our own blood.
O mothers, sisters, comrades, who watch
from the old houses with tear-filled eyes,
we have come into ourselves, into our own being.
Our century of yearning now claims the streets.
The land beyond the boundaries of the city
has become the rampart of our fortress,
the Perfume River the center.

My mother, I am glad to have been born here
and grateful for all you have given me through sun
and rain, for that is what I have held onto
through fifteen years of searching.

Now in an arc of tracers, and at long last,
I salute my father too. I return to stand
at our altar in front of his photograph,
the old man who had fought the French.
It has taken me all these years to see him again.

Bạn con đến thắp nén nhang thơm ngát
Mắt cha vui, phấp phới bóng trăm cờ...
Ngoại ô bừng bừng tiếng hát
Ngực căng phồng Người trấn cửa Thuận An

1/1968 - 4/1969

As my friends light the joss sticks, the incense
rises, and my father's eyes seem to brighten,
as if he floated now in the sea of our new flag.

In the land beyond the boundaries of the city,
the songs rise and the heart pounds with pride.
Now we have taken back the port at Thuan An.

1/1968 - 4/1969

NGUYỄN KHOA ĐIỀM

Tiễn Bạn Cuối Mùa Đông

Gửi theo T.V.Th.X.

Tiễn bạn về vùng sâu
Mùa xuân vừa kịp đến
Rừng sâu hoa đẹp hiếm
Xin vui trong tiếng chào
Cầm tay nhau bịn rịn
Gió Xuân lùa trước sau...

Hẳn người còn thương nhớ
Một chóp núi biên thùy
Nhiều mưa và ít nắng
Bom rụng tàn lửa khuya
Những trang đời, trang viết
Nặng nghĩa đời sau, xưa

Hẳn người đang nhìn thấy
Qua ngàn núi ngàn mây
Quê hương mình lớn dậy
Mùa xuân nở thêm ngày
Ôi quê hương ta đấy
Gọi ta về sáng nay.

Ôi thành phố yêu thương
Ta xa người thế nở
Những đêm dài trăn trở
Ai gọi ta lên đường?
Vết bùn tràn dặm cỏ
Ai đang ra chiến trường?

Không được đi một lần
Tôi xin cùng con nước

Seeing Off a Friend at the End of the Winter

To T.V.Th.X.

You are returning to the deep forest.
The Spring will soon follow you,
and in the deep forest rare flowers will bloom.
This parting should be a happy one.
Yet, shaking hands, we find it difficult to part.
The Spring winds blow straight through us.

This is the time we must call back memories;
the mountain peak at the border,
torrential rain, the little bit of sunlight breaking through,
bombs shaking the ashes in our fires at night,
the pages of our lives, pages of our writing,
filled with promises
to this and past generations.

Now we must see
through the mountains and clouds
our country rising.
Spring blossoms open more with each day.
Yes, that is our land.
We are called upon to follow it this morning.

Our beloved city,
how many days have we been separated?
How many restless nights,
listening to it calling us to return?
How many days and nights looking at muddy footprints on
grassy paths, asking who's gone into battle ?

I can't make this journey with you,
but let me be as the streams
that shadow your footsteps

Qua A Nhâm, A Đợt
Cho lòng tôi đến trước
Làm bông hoa trắng ngần
Là mùa xuân ở đó
Là tình yêu vấn vương
Là lộ phương chiến đấu
Là dấu về quê hương...

Tiễn bạn ngày cuối đông
Tôi về trong nắng chói
Trên vai ngàn đồng đội
Mang mùa Xuân đi cùng
Mang ngày về thắng lợi
Hoá trời xanh mênh mông...

Cuối Đông Kỷ Dậu

as you walk. At *A Nham, A Dot,*
I'll arrive there ahead of you,
I'll be the bloom on the white flower.
The Spring will arrive;
our hearts will abide.
The battle lines are drawn;
the path back to the land will lead us off...

I see you off this winter,
the sky filled bright
with the sight of thousands of my comrades
bearing the promise of the Spring on their backs.
We will carry the day
as the blue of the stream carries the blue of the sky...

End of winter, Year of Ky Dau

Bếp Lửa Rừng

Bếp lửa quây quần suốt mấy anh em
Không ai nhìn ai, chúng tôi nhìn lửa
Ở đó cháy cùng ý nghĩ
Và tỏa hồng trên mỗi trán say mê.

Đêm Trường Sơn, lá với nước rầm rì
Hơi đá lạnh nép mái nhà nghe ngóng
Chúng tôi ngồi xoè tay trên lửa nóng
Máu bàn tay mang hơi lửa vào tim

Bếp đầu hôm tỏa sáng hồn nhiên
Như trẻ nhỏ - lửa reo cười nhảy múa
Nổ lách tách. Bọt sôi trong lõi nhựa
Chuyện đầu tiên vẫn chuyện một ngày

Bếp vào đêm còn lại dăm cây
Thân lớn nhất chụm đầu im lặng
Lửa không ngọn mà màu hồng rất đọng
Chuyện bây giờ mở suốt đời nhau

Đất nước. Tình yêu. Mơ ước mai sau
Tên mấy đứa đêm ngày không sưởi lửa
Tên dãy phố ta mơ về gõ cửa
Sâu chập chùng giữa than củi lung linh

Bỗng thấy thương nhau khi vai bạn sát vai mình
Bẻ củ sắn, chia đôi điều giản dị
Bếp lửa soi một dư vang bền bỉ
Ôi Trường Sơn đốt lửa mấy năm trời...

Ta vẫn nghe tim bạn đập bồi hồi
Trong ánh cuối một ngày kháng chiến

The Forest Cooking Fire

We sit by the cooking fire, stare in silence
at the rising flames.
Our thoughts burn sharp;
our foreheads glow red in sympathy.

Truong Son Mountain night. Leaves, water murmuring,
cold rock pressing down on our shelters,
we spread our fingers over the fire,
try to draw its heat into our hearts.

Early in the night, the cooking fire so simple;
flames roar and dance like children.
The wood sap pops, the veins bubble:
the fire, then the first story of the day.

Deep in the night, a few logs left,
piled tight together. They burn in silence
without flame. The fire a chaste red,
the stories of our lives opening.

Stories of the land, of love, of dreams.
Names of friends who'll sit no more at the fire.
Names of streets we long to see,
all ablaze in the flames.

Our love grows greater
with the half of the cassava we share.
The cooking fire stirs sympathy.
Truong Son! The fires of all those years ...

In the failing light of the Resistance day
I see the throb of a lost friend's heart.

Ôi ta yêu giây phút này đây, khói, cây, những tiếng
Cùng bạn mình như ánh lửa kề bên.

Vẫn như xưa mà như buổi đầu tiên
Ta thấy bạn và mình đều đã lớn
Bạn đã đến những ngày ta sẽ sống
Ta cùng về thăm bạn nẻo ưu tư

Và chúng ta với sức trẻ tràn bờ
Chân bay tới những nẻo đường có giặc
Chia điếu thuốc ngắn chấm lòe quen thuộc
Lòng bập bùng những bếp lửa xa xôi

Mai ta đi, súng vác, đạn gùi
Ta về giáp ranh, ta tràn xuống biển
Trăm bếp lửa, rải đường, ra trận tuyến
Có bếp nào không bóng bạn và tôi...

I try to hold fast—the smoke, the trees, the talk of friends,
their murmers mimicking the sounds of the nearby flames.

The last days as sweet as the first.
My friend and I growing old,
sharing days on the hard path,
sharing hard thoughts.

Our youth shattered chains;
we marched out to meet the enemy,
shared the stub of the cigarette,
hearts alive in the flame of the cooking fire.

Tomorrow we move out. Carrying our rifles and bullets
we rush to the plain, flood to the sea.
A hundred cooking fires showing the way to the front.
In their flames, those shadows, images of you and me...

Miền Quê

Lại viết về mảnh trăng đầu tháng
Mông lung mặt đồng bóng chiều
Tiếng ếch vùi trong cỏ ấm
Lúa mềm như vải thân yêu

Mùa xuân, là mùa xuân đấy
Thả chim, cỏ nội, hương đồng
Đàn trâu bụng tròn qua ngõ
Gõ sừng lên mảnh trăng cong

Có gì xôn xao đằm thắm
Bao nhiêu trông đợi chóng chầy
Đàn em tóc dài mười tám
Thương người ra lính hôm mai

Để rồi bao nhiêu gió thổi
Bên giếng làng, ngoài bến sông
Có tiếng hát như con gái
Cao cao như vầng trăng trong...

The Country

The new moon stretches in the sky;
a field stirs in afternoon shadows.
The warm grasses muffle the frogs' sharp cries;
Paddies sway as softly as strands of silk.

That spring. I remember that spring.
We chased birds, romped through grassy fields;
we watched the buffaloes pass the gate,
their horns the shape of the crescent moon.

It was a time of peace and joy,
but then came days of anxious longing,
days when girls woke at eighteen
to dreams of young men far from home.

I remember one gust following upon another,
at the village well near the river bank,
someone just starting a song,
a woman's voice lifting to meet the face of the moon...

Những Bài Thơ Tình Viết Trong Chiến Tranh
(Những bài này không đặt đầu đề)

* * *

Nếu anh được gặp em chiều nay
Anh qua
Một triền núi, một cánh rừng, một con suối, một hàng cây

Và gặp em ngồi trong ánh nắng!
Giá như anh chỉ phải đi từ đầu ngày tới cuối ngày
Chỉ cần dùng một vắt cơm
Với những thời khắc bình thường nhân loại
Để gặp em cùng nụ cười chói lọi
Như một bình minh ở cuối ngày?

Anh mong
Một ngày như thế
Để mọi bông hoa
Sẽ nói điều mới mẻ
Về tấm lòng
Anh mong em
Sau bốn năm cô đơn khao khát
Em trở về với đôi vai ấm áp
Nghiêng vào anh như con đường anh đi qua tháng qua năm

Nhưng ngày vẫn trôi qua
Dòng suối lung linh
Trong sáng và buồn bã
Anh vẫn còn đi trong rừng
Thương khó với nhân dân
Tâm hồn thành ngọn lửa

Và buổi chiều
Đã vang dội
Cuối rừng
Như trước cơn dông...

Love Poems Written in the War
(untitled)

* * *

If only I might see you this afternoon.
The mountain crossing, the forest bend, the stream, the tree line,
I pass them and I want to see you suddenly there,
leaning in the sunlight!

If I needed to march only from morning till night,
wanted only a fistful of rice,
If I followed only the world's ordinary time clock,
if I could see only your bright smile at the end of the day,
like the dawn just arriving!

I have dreamed
a day when
all the flowers
speak the language
of my love.
Four years of loneliness and longing
for you, your slender shoulder
pressing against me as I press back against the road
                all these months and years.

Days pass,
streams shimmer and sparkle.
In the clear sad light
I walk through the forest.
I know my people are suffering.
My soul is a flame fiercely burning.

The afternoon
at the end of the forest
exploding
as if before a coming rain...

Mong em đừng lựa chọn nào khác
Ngoài nỗi cháy lòng của câu thơ anh...

* * *

Khi yêu em rồi
Cuộc đời mình như một lời hẹn lớn lao
Hẹn với tháng năm và những con đường rải vào mai sau
Ta ra đi và trở về cùng ngưỡng cửa
Hẹn với tiếng ru em dành cho con
Anh nghe và mất ngủ
Hẹn những câu thơ và bát cơm giản dị
Ta chia nhau cùng ánh nắng trước nhà
Hẹn với ấm nồng thịt da
Ta san sẻ trọn đời trung thực

Khi yêu em rồi
Anh ném mình vào những khoảng xa
Trái tim ngân bao niềm vui mới
Em ơi, những mùa sau còn đẹp hơn
Tình yêu ta còn đẹp hơn
Mắt em trong suốt thời con gái
Anh bàng hoàng không biết làm sao nói
Anh biến mình thành ngọn gió thời gian...

Anh đã đi bao năm
Giữa xích xiềng và gai góc
Bên đạn bom và chất độc
Ăn ngọn rau xanh hái vội bên đường
Nuôi dưỡng lòng tôn kính thiêng liêng
Về tự do và tình yêu cuộc sống
Về em
Người con gái anh yêu trọn đời...

I hope that you make no other choice
Than the hot burning lines of my poem...

* * *

In love with you
my life is one vast oath:
an oath made to the months and years and the roads leading
                                                    to the future.
I've come back to the threshold again.
A vow made to the music of the lullaby which keeps me awake.
A vow made to the song, the simple bowl of rice
we share, as we share the slanting sunlight
                              that falls on our house.
A vow made with our bodies,
that we will always stay true.

Loving you,
I throw myself onto the open fields
and a new ecstasy rings in my heart.
My love, this next harvest will be even more bountiful.
Our love will grow even more beautiful.
Like your eyes lit up in youth,
so dazzling, no words for it:
only the wind passing through us, this singing...

So many years I've walked,
passed between razor wire and thorns,
under falling bombs, raining chemicals,
my only meal greens from the trail,
nourishing a sacred regard
for freedom, for life,
for you
whom I will love until I die ...

Em mãi mãi diệu kỳ
Anh yêu em trào nước mắt
Sao mắt này, tóc này
Tâm hồn này, da thịt này
Lại có thể của anh?
Sao chính em giữa bao người con gái
Lại đến với anh bằng bước chân này
Âm vang tim anh?
Sao em sâu xa như hạt mưa
Từ bầu trời thanh khiết, mênh mông?
Sao nỗi nhớ
Lại làm mình xa đi
Và trở lại
Với mình?

Sao khổ đau không thể cắt nghĩa
Nào khác
Ngoài em?
Sao chân trời lại đầy biển động
Đêm xa vắng?...

Em mãi mãi có thật, dịu dàng
Như một căn nhà ngày ngày ấm lửa
Em nhé, mùa hạ này em đừng nhắc nữa
Sao chúng mình còn xa nhau
"Em hãy ở trong nỗi vắng anh như một ngôi nhà"[1]
Một ngôi nhà có câu thơ làm chiếc then cài cửa
Suốt mùa chiến tranh...

* * *

Này con chim khảm khắc
Chim kêu chỉ rừng xa

_____
1. *Thơ Pablo Neruda*

68

You are a miracle!
You make tears form in my eyes
just thinking of your face, your hair
your body, your soul,
how could you ever be mine,
how could you find me out among all those others,
come to me with soft steps
to seize my heart?
How could you fall like a raindrop
from the wide, pure heavens,
to make this deep longing
to make me leave
and return
to my starting point again?

I cannot explain this suffering
any other way:
except you?
Why does the horizon shake,
and the night retreat?...

How soft and tender you are,
like a house warmed by a fire.
Love, please do not ask again this summer
why we still remain apart.
Rather "look at my absence as an empty space to dwell in"[1]
A place with a poem as a door latch
throughout this season of war...

                    * * *

Listen to the *kham khac* bird in the trees;
why cry about the deepness of the forest?

---

1. *Pablo Neruda*

Này bông phong lan tím
Lặng nở vào tháng ba

Này con đường rừng nhỏ
Âm thầm trong lá khô

Ta yêu người như rứa
Đưa người về cho ta...

* * *

Em sẽ về bên anh
Cho tay tràn lên mặt
Mặt em tràn nước mắt
Mắt em - hồn của anh

Anh sẽ về bên em
Ôm em đầy năm tháng
Hôn em đầy ánh sáng
Thương em đầy tay anh

Ngọn lửa làm cái chết
Giờ hố bom lạnh tanh
Chỉ tình yêu của anh
Là bầu trời rực nắng

Hãy bay lên sự sống
Với đôi cánh ngày về.

Listen to the purple of the orchid
as it blooms on the day of a march.

Listen to the sound of the small wood path
tongue-tied under the dried-leaf canopy.

I love her like that
O, bring her to me...

* * *

You will come to me and stand by my side.
Your arm will cover your face.
Your face will burn with tears.
Your eyes will show my soul.

I will return to your side.
I will hold you after months and years.
My kisses will fall like sunlight.
I will take you lovingly into my arms.

The flame can bring death.
The bomb crater can hold emptiness.
Only my love for you can bring
the light back to the sky.

Fly, fly, let our life fly off
on winds of these hopes of our meeting.

Ngày Vui

Tôi qua dòng sông yên tĩnh
Con cầu như tiếng ngân vui
Tiếng ve ấm bừng trí nhớ
Sen lên thơm bốn mặt thành
Ngày vui của đời ta đó
Gió thổi đường dài bâng khuâng...

Đất nước ba mươi năm
Trên vai sắt thép
Đi suốt cuộc trường chinh
Đi qua tuổi trẻ
Đi qua những cuộc tiễn đưa lặng lẽ, không hoa
Và bây giờ đất nước nở hoa
Gầm trong hai mươi mốt phát đại bác rung trời
Chào chiến thắng!
Đất nước của tôi
Tôi muốn quì trước chân Người
Đặt môi mình lên trên nguồn thắm
Tung tăng hoài dưới mỗi gốc lúa làng quê
Hát khúc đồng dao về độc lập, tự do

Mẹ ơi, con trở lại nhà
Sau lưng con cánh cửa chiều khép nhẹ
Mẹ lại ngồi trước bếp lửa chiều lặng lẽ
Nấu cơm cho chúng con ăn
Ôi những hạt gạo nổi chìm ba mươi năm
Đời mẹ tảo tần cay đắng
Từng nuôi chúng con làm nên chiến thắng
Bây giờ chưa đủ chúng con no
Nhưng căn nhà mình lộng gió tự do
Lộng ánh sáng trước tháng ngày sắp đến

A Day of Celebration

I pass over the silent river;
the bridge quivers like the notes of an old song.
The cicadas' music brings back memories.
Lotus flowers perfume the four corners of the citadel.
This, a day to rejoice, a day framed on a road
windswept with memories...

A day framed by a land three thousand years old,
a land of steel and iron,
framed by the long marches,
by schoolboy days,
by the many leave-takings made in silence with no flowers.
Now, the country is in full bloom.
Twenty-one-gun salutes
hail victory!
This land of mine,
I want to kneel before its spirit,[1]
Put my lips to that beautiful spring,
dance wildly before each and every paddy stalk,
sing the folk songs of freedom and independence.

Mother, I am returning.
Let the dusk fall softly behind me.
I know I'll find you sitting quietly by the afternoon fire
cooking rice for us.
Those grains of rice, what a road they traveled these thirty years.
Your own life burdened by bitterness and hardship.
It was you raised us up and gave us this victory.
Our hunger may not yet be over,
but our house is filled with the fresh air of freedom
and sunlight reaches to find its way.

Mẹ thân yêu với tấm lòng trọn vẹn
Mẹ vẫn khơi bếp lửa hồng như cổ tích ca dao
Và những gì nồng thắm của mai sau...

1975

Mother ! Your heart never strayed.
You light the fire still as in legend,
for all the joys of the days to come...

1975

Trên Đường

Rồi bạn đi với tôi qua những bờ tường trắng
Sau chiến tranh
Những ngôi nhà như tinh thể kết bất ngờ trong hạnh phúc
Định hình tất cả niềm vui và sự thật
Bằng gỗ, bằng vôi và giấc mơ ngày lên đường
Những ngôi nhà thành phố tuổi thơ tôi

Bạn cùng đi với tôi trên vỉa hè rạn vỡ
Đây là những gì chúng ta đã sống và đã chết
Người con gái áo trắng đi về phía tương lai nào đó
—Đây là những gì chúng ta đã đổ máu và hát ca
Những hàng phượng mang nắng từ trên vai thành phố
—Đây là những gì giúp ta cao hơn một tầm nhìn
Một người mẹ gánh nặng trở về
—Đây là những gì chúng ta mang mẻ và hy vọng

Bạn ơi
Bạn nghe tiếng trở mình của thành phố thân yêu
Mây trắng chất ngất và lòng ta đầy dự tưởng
Những em bé nhặt lá khô bên lề đường
Anh bộ đội về vụng về sau ngày đánh giặc
Đằng sau buổi chia ly, đằng sau lần gặp
Tâm hồn ta như cánh rừng xa khuất
Lại xanh màu và mãi âm vang...

1975

On The Road

On the day the war ends you and I will pass
through many white walls, through many houses
joined together like crystals only by love.
They will give a shape to joy and to justice,
the wood, the mortar, the dreams we left behind
in our childhood homes.

You and I will walk on the broken pavement
where once we fought and died,
where girls in white dresses once floated down the road
                                        toward the future,
—a reason we could sing amid the blood—
where once rows of *phuong* trees shimmered in the city's
                                        falling sunlight,
—A reason we learned to lift up our eyes—
where once an old mother weighted down with baskets
                                        rocked her way home,
—a reason we took heart and had our hopes high—

Friend,
Do you hear wheels turning in our beloved city?
How lofty the clouds, how lofty our plans
for the children who now gather dead leaves in the streets,
for the soldiers, so clumsy after their days of battle,
after each leave-taking, each meeting.
The mind edges its way slowly out again, like the forest in
the distance, green with leaves, waiting once more to be roused...

1975

Mẹ Và Quả

Những mùa quả mẹ tôi hái được
Mẹ vẫn trông vào tay mẹ vun trồng
Những mùa quả lặn rồi lại mọc
Như mặt trời khi như mặt trăng

Lũ chúng tôi từ tay mẹ lớn lên
Còn những bí và bầu thì lớn xuống
Chúng mang dáng giọt mồ hôi mặn
Rỏ xuống lòng thầm lặng mẹ tôi.

Và chúng tôi, một thứ quả trên đời
Bảy mươi tuổi mẹ đợi chờ được hái
Tôi hoảng sợ ngày bàn tay mẹ mỏi
Mình vẫn còn một thứ quả non xanh?

1982

Mother's Garden

Each season mother harvests her fruits.
All year she tends her garden.
One season passes, another follows,
like sun and moon revolving.

We are raised up by the hands of our mothers.
Squashes and gourds grow down.
They take the shape of the salty sweatdrop
that falls silently in her lap.

We grow as the fruit of the earth.
At seventy a mother awaits her harvest.
Her arms have grown tired. I shudder.
The fruit yet unripe in her hands.

1982

Viết Từ Đà Nẵng

Cần phải cười đi, đùa đi, nếu không muốn rưng nước mắt
Ngoài kia Sơn Trà đã phủ sương...
Biết bao tin cậy giữa lòng mình
Khi mình giữa lòng Đà Nẵng
Ở đây anh không dễ trôi ra biển
Cũng không chịu dạt lên ngàn

Cùng một lúc anh có thể sinh tụ với muối
Khoác cẩm thạch lên mình và vẫy bàn tay hải âu
Trước cửa biển đôi mắt mở lớn

Đà Nẵng
Đà Nẵng của những con tàu nặng hàng ra đi
Lân tinh nhập nhòe hơi đèn thủy ngân
Tiếng động nghề nghiệp trong mỗi căn nhà
Sức lực em tràn ra như một trái dưa hấu
Những bông lúa lại rực vàng trên cánh đồng kỷ lục
Tiếng sóng dặm nền, tiếng xe ben đổ đất
Điện lực, điện lực
Nồng chảy hơi thở biển
Đà Nẵng tự đẻ ra mình từ khơi xa...

Dẫu sau những bức tường kia còn nhộn nhạo mưu mô những
tên kẻ cắp
Tôi tin những giấc mơ lành trong đêm có thể lấy lại được
Miễn là dám bước qua giới hạn của mình
Theo cách Đà Nẵng

NGUYỄN KHOA ĐIỀM

Letter from Da Nang

We have to laugh, so as not to cry.
Out there, *Son Tra* shrouded in mist.
We place this faith in ourselves:
to stand in the middle of Da Nang City,
not to let ourselves be pushed out to the sea,
or forced up into the mountains.

I must be one with the grain of salt,
become like the marble, like the wave, like the gull
at the mouth of the ocean, eyes opened, always vigilant, wide.

Da Nang,
city of ships laden with the weight of immense cargoes,
city on fire with the incandescent light of mercury lamps,
the creak of commerce leaking from every house,
life-blood spilling as from a ripe melon,
paddy flowers in deep yellow blooms,
                          in record-producing fields,
waves flailing down topsoil, earth-movers shrieking:
electricity, electricity!
Salt air from the sea,
the scent of Da Nang birthing itself from waves of distant
                                                    shores...

Even when the walls grunt with the plots of thieves,
I still believe the good dreams can be retrieved,
But only if we exceed ourselves.
Just as Da Nang
pushes itself out beyond its limits to the sea.

Ấy thế, mà em
Ơi cây rong xanh của biển chiều nay
Tôi làm sao bắt gặp em bên kia ngưỡng cửa cuộc đời mình
Khi ngoài kia, Sơn Trà phủ sương...

7-1984

My love,
from here I see the waving green grass of the sea,
O, to meet you here at the edge of my life,
and over there, Son Tra shrouded in mist...

7-1984

Chiều Hương Giang

Sau chiều nay, còn buổi chiều khác nữa
Có thể mây cao, có thể nắng vàng
Cơn gió thổi những buổi chiều chưa tới
Tóc bao người bay rợi cả không gian

Nhưng chiều nay con bò gặm cỏ
Bên dòng sông như chưa biết chiều tan
Tôi với nó lặng im bè bạn
Mắt nó nhìn dìu dịu nước Hương Giang

Những buổi chiều, những buổi chiều quê hương
Tôi đã sống và tôi chưa được sống...
Nhưng chiều nay vô tình trong nắng muộn
Mắt tôi nhìn trong suốt nước Hương Giang...

An Afternoon on the Perfume River

After this time, there may be others,
the clouds as high, the sun as warm.
Then too the winds may blow away those afternoons to come,
but this day all the world dances on images of windswept hair.

This afternoon a cow grazes by the river,
unaware the afternoon is dying.
The cow and I, a pair of old friends,
look gently out over the Perfume River.

A peaceful afternoon, peaceful afternoons on a river bank,
Things I have lived and I have not lived.
An afternoon in whose fading light
I see through the waters clearly for the first time.

Những Bài Hát, Con Đường Và Con Người

Những bài hát không ai hát nữa
Đã vỡ trên môi anh ngọn gió dịu dàng
Sẫm bên đường mỗi sợi cỏ hoàng hôn
Nghe thương mến lại thắp từng ngọn lửa
Những bài hát không ai hát nữa
Đã vỡ trên môi anh ngọn gió dịu dàng

Những con đường không ai trở lại
Đã xuyên qua những mạch máu âm thầm
Anh nghe dồn dập những bước chân đồng đội
Bao lối mòn chớp lửa chiến tranh
Những con đường không ai trở lại
Đã xuyên qua những mạch máu âm thầm

Những con người không ai gặp nữa
Đã đặt lên vai anh gánh nặng cuối cùng
Bao khuôn mặt gầy xanh, mơ mộng
Như cánh rừng đã thuộc về anh
Những con người không ai gọi nữa
Đang sống cùng anh trọn tuổi xuân

7-1984

Songs of the Road, of Men and Women

Songs no one sings any more.
Songs once like a gentle breeze on my lips.
Stalks of grass by the road darkening in the twilight,
memories returning like a flame to a fire.
Songs no one sings any more.
Songs once like a gentle breeze on my lips.

Roads no one travels any more.
Roads once with roots run deep in my veins.
I hear the footsteps of my friends
Moving over the worn paths of lightning and death.
Roads no one travels any more.
Roads once with roots run deep in my veins.

Men and women we'll not meet again.
Those who left their last burden on my shoulder.
Faces pale as ash, filled with hope.
Like the forest now mine forever.
Men and women whose names no one calls.
Now with me, day after day, until the end.

7-1984

Lặng Lẽ

Chỉ có em
Phần mạch đập lặng lẽ cuộc đời anh
Nơi ẩn dấu những kỷ niệm dầu dãi
Chỉ có em
Hoàng hôn còn một chỗ dựa
Con đường ghi tên ngày về...

Những người quen ngày càng lạ đi
Họ quần tụ rồi xuôi ngược
Chỉ có em như giọt nước mắt
Nằm sâu trong người anh

Em như con chuồn chuồn ngày ấy
Bay qua anh ánh sáng một nàng tiên
Anh nhón bắt và gìn giữ
Bằng mỗi sợi tóc của mình

Mùa thu yên lặng, mùa hè yên lặng
Mùa đông cũng dịu dàng hơn
Anh luôn luôn là người đi xa trở lại
Tóc đầy bụi, mặt đầy bụi
Chỉ qua khuôn mặt em nhận ra khuôn mặt chính mình

1987

Quiet

Only you,
quiet heartbeat of my life,
concealer of the sun-parched memory of my past,
only you,
where in the dusk I can find rest,
the path that holds the date of my return ...

Those I know soon enough become strangers.
They gather and disperse.
Only you like a teardrop
burying its way deep inside me,

only you, dragonfly of my youth
luminescent fairy shape,
know I have held on, with the strength of each hair
of my head kept faith.

A quiet summer. A quiet autumn.
Winter milder this time around.
Always, like a traveler returning,
head and face caked in dust,
only in your face do I find my own.

1987

Không Có Quyền Mệt Mỏi

Tôi ạ, anh không bao giờ có quyền mệt mỏi
Dù rồi mùa tóc rạ, đàn chim bay đi, hè
       đã trút ngọn nắng cuối cùng
Dù em cứ gầy đi mãi dù bạn đã bỏ rơi anh
       trước bậc thang lương nặng nhọc
Dù trong chuyến đi xa mọi chỗ ngồi đã kín anh phải
       đu mình trên các gióng sắt như một bị hàng
Dù anh ngơ ngẩn buồn như một kẻ nhà quê nhỡ tàu
       trước Praha, Sôphia, Matxcova hay La Habana .
Dù nửa đêm những mỹ từ trôi dạt câu thơ không thành
       bài vây phủ anh như mùa mưa xứ Huế
Tôi ạ, anh không được mệt mỏi bao giờ

Tôi ạ, anh không bao giờ có quyền mệt mỏi
Bởi vì nắng có mệt mỏi chút nào đâu
Những ngọn cỏ phủ xanh mộ người thân yêu như xanh
       không biết mỏi
Bởi vì gừng lại cay, muối lại mặn, bầy trẻ lại tựu trường
       và ở những nơi xa xôi kia
       những con sóng lại tìm được bãi bờ
Bầu trời trong vô hạn, nỗi bí ẩn của con người là vô hạn
Những em bé gầy đói châu Phi mãi nhìn vào mắt anh qua
       lớp sóng nhập nhòe màn ảnh nhỏ
Vì sao người ta ném tiền vào vũ trụ mà không cho em một
       mẩu bánh mì
Vì sao người ta giết người không mệt mỏi, ăn cướp, nói dối
       không mệt mỏi
Bà Thát-chơ, ông Ri-gân vẫn giữ nụ cười ăn khách ngã ba
       đường
Ông Goóc-ba-chốp lại lên đài nói về những giải pháp hòa
       bình không mệt mỏi
Tôi ạ, anh không được mệt mỏi bao giờ

You Have No Right To Be Tired

I, yes, that's you, you have no right to be tired,
even when the seasons have ended, the birds flown away, and
the summer has shed its last ray of sunlight,
even when your wife keeps growing thinner, your friends have
left you because of the meager pay,
even when on the bus and the train there is no more room, and
you have to hang onto the iron bar like a piece of luggage,
even when you become morose and sad like a country boy who
misses the train in Prague, Sofia, Moscow, or Havana,
even when at midnight high-sounding words sweep away your
poem like the rains falling in the rainy season over Hue,
I, yes, that's you, you cannot allow yourself to get tired—ever.

You have no right to be tired,
because the sunlight never gets tired,
because the green grass that covers our loved ones' mounds will
always be green, it will never
get tired,
because ginger will always be hot, salt always salty, because the
children will always go back to school,
and the waves will always find the shores.
The blue of the sky is infinite, and the secret of man is infinite.
Yet the poor children of Africa will always stare out at you from
the small grainy screen.
Why is it people throw money to the heavens, but no one gives a
loaf of bread?
Why is it man kills man without getting tired, why does man steal,
and lies without getting tired?
Mrs. Thatcher, Mr. Reagan still smile charmingly
at the fork in the road,
Mr. Gorbachev still proclaims his plan for peace on T.V.
without getting tired.
I, yes, that's you, you have no right to be tired—ever!

Tôi ạ, anh phải nguyên vẹn một con người
Trước cánh rừng âm u anh đã nung lên như sấm sét
   thì bây giờ anh hát một lời buồn
Anh đã làm đá dưới mưa bom thì bây giờ hãy dịu dàng
   như hạt cải
Dịu dàng như một người bố, dịu dàng như những
   đứa con
Sách vở có thể làm diều, những trói buộc làm dây
Và anh đứng giữa chiều cao của nỗi vô tư có cánh
Mùa hạ này sen trong hồ Thái Dịch thơm vào miền
   vô tận cuộc đời anh
Anh phải tái tạo ra mình không vết rạn

Tôi ạ, dẫu giáp hạt này gạo có lên giá mà thơ
   thì mất giá
Nhưng anh đừng đem thơ chào mời trong ngõ tối
Thơ lặng lẽ, gầy gò, thơ như thanh thép nguội
Thơ là cột thu lôi dưới trận bão giông này
Rồi một sáng bầu trời xanh trở lại
Có con chuồn chuồn chấm đỏ ngọn thơ vui.

31-5-1986

I, yes, that's you, you have to remain human.
In the dark of the jungle you passed through lightning and
thunder; now you can sing
      a sad song.
You were once like stone under the rain of bombs; now be
                soft as a grain of sand,
as gentle as a father, as gentle as a child;
you can turn books into kites, tie your obstacles into a string;
you stand beneath the peak of innocence with wings.
This summer the fragrance of the *Thai Dich* lotus seeps deep
    into your life.
You have to create a new self, one with no cracks.

Even when this season the price of rice
goes up and the price of poetry goes down,
don't hawk your poetry loudly down the dark alleys.
Poetry must be soundless, sheer as fine-hammered steel.
Poetry must be the lightning rod in the face of the gale.
One morning, the sky will turn deep blue again,
The dragonfly will dust its red wings on the tip of a joyful poem.

5-31-1986

93

Hương Vườn

Đêm qua bom nổ trước thềm
Sớm ra, trời vẫn ngọt mềm tiếng chim
Nghe hương cây vội đi tìm
Hai chùm ổi chín lặng im cuối vườn.

Garden Fragrance

Last night a bomb exploded on the veranda
But sounds of birds sweeten the air this morning.
I hear the fragrant trees, look in the garden,
Find two silent clusters of ripe guavas.

Đi Trong Đêm Màu Trắng

Ta đi lên đồi cát mịn
Biển ở ngoài kia nơi tiếng sóng đang reo
Cát trắng quá nên đêm xuống chậm
Hay Bảo Ninh mãi vẫn ban ngày?

Trăng lên rồi mây trắng bay bay
Trắng dịu dàng là trắng của bàn tay
Trắng xao động —trắng ngời của sóng
Trắng mịn màng—triều cát dài , trăng rộng
Trắng rất thơm —trắng của bông hoa...

Ta trở về sau năm tháng đi xa
Gặp lại đêm nay—xôn xao —màu trắng
Ta ngắm hàng cây bên đường đứng lặng
Con chim nào xây tổ trên cao
Quả trứng nào bắt đầu ở đó
Cái chấm trắng vô cùng bé nhỏ
Lại nở sinh ra những phương trời !

Kéo lưới lên màu trắng sinh sôi
Đàn cá nhảy —lao xao đàn cá nhảy
Ao như gió là cá chuồn bay đấy
Cá chuồn bay —mặt biển trắng bay lên!
Đi ra khơi biển lạ hóa quen
Nhìn chân trời không còn bỡ ngỡ
Yêu cánh buồm nên ta yêu ngọn gió
Cánh buồm bay —ngọn gió trắng —cánh buồm ơi!

Ôi đêm nay ai nói được nên lời
Đêm màu trắng, tâm hồn ta rung động
Những họng súng vươn lên trời cao rộng
Giữ cho nghìn trong trắng mãi sinh sôi...

Bảo Ninh 7-1971

Journey into White Night

I walk up a silk-smooth sand dune—
Over there, where waves sing, is the sea.
The sand is so white that night seems late
Or maybe day lasts longer in Bao Ninh.

The moon comes up, white clouds pass by.
Soothing white is the white of my hand,
Restless white the radiant white of the waves,
Smooth white the sandbar, the spreading moon,
Fragrant white the whiteness of the flower.

Coming back after months and years away
I'm moved again by the whiteness I find this night.
Rows of trees stand silent by the road.
What bird builds its nest so high?
What egg, begun in space
As an infinitesimal white point,
Hatches into a multitude of skies?

Pull in the net, there's white procreation:
Fish are jumping madly, fish are jumping,
Flying fish are flying by like the wind.
Flying fish: the sea's white surface rises.

When I sail out, the strange sea grows familiar:
The gazing horizon no longer bewilders me.
I love the sail, so I love the wind—
Billowing sail, white wind: o billowing sail!

Tonight no one could put into words
How the white night shakes my soul.
Gun barrels reach toward the vast open sky
Protecting the thousand white things being born.

Bao Ninh, 7-1971

LÂM THỊ MỸ DẠ

Khoảng Trời-Hố Bom

Chuyện kể rằng: em, cô gái mở đường
Để cứu con đường đêm ấy khỏi bị thương
Cho đoàn xe kịp giờ ra trận
Em đã lấy tình yêu Tổ quốc của mình thắp lên ngọn lửa
Đánh lạc hướng quân thù. Hứng lấy luồng bom...

Đơn vị tôi hành quân qua con đường mòn
Gặp hố bom nhắc chuyện người con gái
Một nấm mộ nắng ngời bao sắc đá
Tính yêu thương bồi đắp cao lên...

Tôi nhìn xuống hố bom đã giết em
Mưa đọng lại một khoảng trời nho nhỏ
Đất nước mình nhân hậu
Có nước trời xoa dịu vết thương đau.

Em nằm dưới đất sâu
Như khoảng trời đã nằm yên trong đất
Đêm đêm, tâm hồn em tỏa sáng
Những vì sao ngời chói lung linh
Có phải thịt da em mềm mại, trắng trong
Đã hóa thành những làn mây trắng?
Và ban ngày khoảng trời ngập nắng
Đi qua khoảng trời em
—Vầng dương thao thức
Hỡi mặt trời, hay chính trái tim em trong ngực
Soi cho tôi
Ngày hôm nay bước tiếp quãng đường dài

Tên con đường là tên em gửi lại
Cái chết em xanh khoảng trời con gái
Tôi soi lòng mình trong cuộc sống của em

Bomb-Crater Sky

They say that you, a road-builder,
Had such love for our country
You rushed out and waved your torch
To call the bombs down on yourself
And save the road for the troops.

As my unit passed on that worn road
The bomb crater reminded us of your story.
Your grave is radiant with bright-colored stones
Piled high with love for you, a young girl.

As I looked into the bomb crater where you died
The rain water became a patch of sky.
Our country is kind:
Water from the sky washes pain away.

Now you lie down deep in the earth
As the sky lay down in that earthen crater.
At night your soul sheds light
Like the dazzling stars.
Did your soft white skin
Become a bank of white clouds?
By day I pass under the sky flooded with sun
And it is your sky.
And that anxious, wakeful disc:
Is it the sun, or your heart
Lighting my way
As I walk down the long road?

The name of the road is your name.
Your death is a young girl's patch of blue sky.
My soul is lit by your life.

Gương mặt em, bạn bè tôi không biết
Nên mỗi người có gương mặt em riêng.

And my friends, who never saw you:
Each has a different image of your face.

Gặt Đêm

Đã hiện lên những vành nón trắng
Như khoảng trời trẻ thơ mát êm
Như cánh cò vỗ nhẹ trong đêm
Nón trắng tròn gợi về chân trời rộng.

Màu vàng bom bi lẫn trong màu vàng của lúa
Bom nổ chậm không làm ta sợ nữa
Bao năm chiến tranh lòng đã quen rồi
Nào chị em mình gặt đi thôi.

Mỗi người đội một vành trăng nhỏ
Chấp chới nghiêng trên thảm lúa vàng
Tổ gặt con gái làng tôi đó
Mười hai chiếc nón sáng đêm thâu.

Đạn bom rơi chẳng sợ đâu
Chỉ e sương ướt mái đầu lá chanh….

1971

Night Harvest

The white circles of conical hats have come out
Like the quiet skies of our childhood,
Like an egret's spreading wings in the night:
White circles evoking the open sky.

The golds of rice and cluster-bombs blend together.
Even delayed-fuse bombs bring no fear:
Our spirits have known many years of war.
Come, sisters, let us gather the harvest.

Each of us wears her own small moon
Glittering on a carpet of gold rice.
We are the harvesters of my village,
Twelve white hats bright in the long night.

We are not frightened by bullets and bombs in the air—
Only by dew wetting our lime-scented hair.

1971

Không Đề

Cuộc đời em vo tròn lại
Và ném vào cuộc đời anh
Nó sẽ lăn sâu tận đáy cuộc đời anh
Sâu cho đến tận... cái chết

Trời ơi
Làm sao có một cuộc đời
Để cho tôi ném đời của mình vào đó
Mà không hề cân nhắc, đắn đo
Rằng: cuộc đời ấy còn chưa đủ...

Untitled

My life rolls into a ball
And throws itself into your life.
It will roll all the way to the bottom
Of your life, all the way to death.

O God, if there were a life
Where I could throw my own life—
A life I would not weigh and measure
And say: That's not enough.

Anh Có Tốt Không

Như lúa hỏi đất
Anh có tốt không?

Như cây hỏi gió
Anh có tốt không?

Như mây hỏi trời
Anh có tốt không?

Trời anh mênh mông
Mây em bay lượn

Gió anh bao la
Cây em ve vuốt

Đất anh thẳm sâu
Lúa em cúi đầu

Nhưng sao vẫn hỏi
Day dứt trong lòng
Anh có tốt không?

Are You Good Enough?

As if rice asked the earth
Are you good enough?

As if a tree asked the wind
Are you good enough?

As if a cloud asked the sky
Are you good enough?

You are the sky, a vast plain;
I am a drifting cloud.

You are the wind, immense as the sky;
I am the tree that caresses you.

You are the deep dark earth;
I am ripened rice, bowing its head.

But why does the question
Linger in my heart:
Are you good enough?

Cảnh Tượng

Ba em bé quây tròn bên người mẹ
Bằng chiếc dây từng múi buộc kỹ càng
Hẳn người mẹ sợ đàn con trôi lạc
Khi biết mình không thể cứu mang.

Chị tìm kiếm từng đôi tay nhỏ bé
Trong sóng cuồng mùi da thịt chìm sâu
Nào con hỡi đưa cho mẹ buộc
Nghìn mũi kim thắt tim mẹ đớn đau.

Và người mẹ lần trong đêm bão gió
Buộc đàn con quây lại bên mình
Đàn trẻ nhỏ làm sao hiểu nổi
Phút cuối cùng được mẹ ấp vào tim.

Tất cả vẹn nguyên là một gia đình
Nhưng cảnh tượng như là hóa thạch
Trời xanh ngắt nỗi đau nào có đáy
Chỉ có mắt người sâu thẳm lặng im.

Viết sau cơn bão 1985

Tableau

Three small children surround their mother
Held by a rope tied with careful knots.
She feared they might drift away from her
When she could no longer carry them.

She searched for each small hand
In the raging water flooding their sweet bodies.
Children, she said, let me tie your hands.
A thousand needles pierced her heart.

She felt her way through the fierce night,
Her little ones fastened around her.
In their final moments they couldn't understand
Their mother made a nest for them in her heart.

The family is together now
But the scene is like a sculpture carved from stone.
As sadness fills the deep blue sky
The observer's eyes fill with deepest silence.

1985, after the hurricane

Đề Tặng Một Giấc Mơ

Con chim mang giấc mơ bay đi
Chú bé ngủ dưới trời sao sáng
Thanh thản
Đêm qua em mơ gì?
Tôi mơ thành chim
Con chim trong mơ giọng hót nơi nào
Con chim trong mơ như nàng tiên cá
Câm lặng
Giọng hót rực rỡ
Suốt đời cất giữ
Riêng tặng cho người...

Bay qua, bay qua nghìn đêm
Bay qua, bay qua ngàn sao
Những chiếc lá phát sáng màu huyền thoại
Những bông hoa mang hình bàn tay, ngón tay
Ru ru ru ru
Ru êm

Chú bé là ai
Chú bé là tôi
Con chim là ai
Con chim là tôi
Giấc mơ là ai
Giấc mơ là tôi

Đêm qua
Tôi mơ thành tôi
Tôi mơ thành chim
Tôi mơ thành giấc mơ

Dedicated To A Dream

A bird brings a dream and flies away.
A little boy sleeps under a starlit sky;
He has no worries.
What did you dream last night?
I dreamed I became a bird.
What was the voice of the bird in the dream?
The bird in the dream was silent
Like a mermaid,
Its radiant song
Kept all its life
As a gift for one person.

Flying through a thousand nights
Flying through a thousand stars
Leaves gleaming a magical color
Flowers shaped like fingers and hands—
Sleep now sleep
Now sleep.

Who was the boy?
I was the boy.
Who was the bird?
I was the bird.
Who was the dream?
I was the dream.

Last night
I dreamed I became myself.
I dreamed I became a bird.
I dreamed I became a dream.

Quả Thông Trong Vườn Pasternak

Tôi nâng trên tay quả thông nhẹ thênh
Quả thông trĩu nặng nỗi đau buồn ngày trước
Những quả thông —những quả chuông
Từ cao xanh rơi rơi...
Rung vang khu vườn ban mai trong suốt

Bây giờ dưới cỏ
Trái tim Người như quả chuông còn rung
Nhưng quả thông rơi đầy vườn
Rơi như là nước mắt...

A Pine Cone in Pasternak's Garden

In my hand I hold a delicate pine cone
Made heavy with the weight of old sorrows.
The pine cones are bells
Falling down from the distant blue
Echoing through the translucent morning garden.

Beneath the grass
Your heart still rings, a bell.
Pine cones fall, filling the garden—
Pine cones fall like tears.

Không Đề

Trên cánh đồng của chính mình
Tôi thu lượm bón chăm và gieo vãi
Những hạt giống nhiệm màu cất kỹ
Ngỡ mùa sau thành cây trái vàng mơ

Nhưng ngoảnh lại
Giật mình
hoang vắng
Bởi tôi gieo tôi cần kiệt không ngờ!

Untitled

In the fields of myself
I gathered, nurtured, sowed seeds
Magic seeds I had kept very carefully
Thinking of the delicious yellow fruit they would become.

But then I looked back
Startled
And empty
Because I had sown those seeds in a barren self.

Nhỏ Bé Tựa Búp Bê

Làm sao anh đủ sâu
Cho em soi hết bóng

Làm sao anh đủ rộng
Che mát cho đời em

Làm sao anh đủ cao
Để thấy em cho hết...

Cuộc đời bao nhọc mệt
Cuộc đời bao dịu êm
Người đàn bà bước lên
Người đàn bà lùi lại

Này tôi ơi, có phải
Làm một người đàn bà
Người ta phải nhỏ bé
Nhỏ bé tựa búp bê
Mới dễ dàng hạnh phúc?

Small as a Doll

How can you be deep
Enough to reflect me?

How can you be wide
Enough to shade my life?

How can you be tall
Enough to see all of me?

A sweet life:
A woman steps forward.
A weary life:
A woman steps back.

Hey, me: how can you be
A woman, when a woman
Has to be small
Small as a doll
To find happiness?

Bạn Gái

Gửi các bạn gái thân yêu

Xúm xít như chùm quả
Bạn gái tôi đấy mà
Rạng rỡ như trái gấc
Dịu hiền như trái na
Góc cạnh như quả khế
Thảo thơm sắc thị nhà

Sầu riêng sau gai góc
Niềm đau tỏa hương trời
Ngoài xanh mà trong đỏ
Ngọt ngào dưa hấu ơi,

Bạn gái tôi lặng lẽ
Thương nhau như bí bầu
Xúm quanh nồi bún ốc
Nói cười lan về đâu ?

Nào có ai thừa thãi
Thời gian mà cho nhau
Nhưng đến giờ chia biệt
Vẫn đứng suốt con tàu !

Bạn gái ơi thương quá
Đời người rồi qua mau
Mong trời cho bền vững
Để chia cùng ngọt, đau

Tôi mang theo hình bạn
Qua bao cuộc hành trình
Kho báu này đâu cạn
Như sắc trời lung linh.

Friends

for my women friends

My friends are gathered here
Like a cluster of fresh fruit.
Bright as red monordica
Soothing as custard apples
Sharp and keen as star-fruit
They give, like gold persimmons.

The durian behind its thorn
Exudes an unearthly scent.
Outside green, inside red—
O, sweet watermelon.

My friends love serenely
Like squash on low vines.
When we talk over snail soup
And laugh, our voices rise.

None of us has much time
But we give to one another.
When one of us goes away
The others stand by her boat.

I love you deeply, friends.
Though life is passing by
I hope our sharing of sweetness
And sorrow never ends.

I have carried friendship with me
On all my many journeys—
An undepleted treasure
Like the vibrant shimmering sky.

Phút giây nào thất vọng
Trước đen bạc cõi người
Ấm hồn tôi – bạn gái
Lòng như quả thơm tươi.

And if in dark moments
My life seems dull and bleak,
I am warmed by the hearts of friends
Like pineapple, fresh and sweet.

Ném Thia Lia

Thôi thì ta với hồ xanh
Ném thia lia – sóng bỗng thành bạn chơi
Đá xanh chém vút ngang trời.
Tung từng con nước trắng ngời sáng lên
Đá cho sóng đôi cánh mềm
Hay sóng cho đá bay trên mặt hồ?
Cám ơn trò chơi ngây thơ
Cho ta gặp tuổi dại khờ thuở nao
Đuổi tìm nhau bước thấp cao
Sóng cười đá nhảy ngả vào hồ thơm

Ước gì cầm được cô đơn
Ném thia lia để hóa buồn thành vui

Skipping Stones

Alone with the blue lake
I'm skipping stones, playing with waves.
A blue stone cuts across the sky;
White water rises shining into the air.
The stone gives supple wings to the waves
Or perhaps the waves make the stone fly.

Playing my childhood game
I meet my vanished youth again.
As they chase each other under and over,
The waves laugh, the stones leap in the lake.
If only I could gather my loneliness
Into this stone and make my sorrow joy.

Nụ Tầm Xuân Đã Khác

Quay ngược chiều thiếu nữ
Em đã thành thiếu phụ

Từ lâu rồi
Em không còn là của anh
Những ảo ảnh anh đuổi bắt
Không có thực
Những giấc mơ anh tìm kiếm
Không có thực

Từ lâu rồi
Em không còn là của anh
Em vùi chôn tuổi trẻ của mình
Trên tháng ngày khô cứng
Đôi khi giật mình
Xót một cơn mưa đã chết

Em đâu còn là em
Tiên nữ trong cây
Trinh nữ trong gai
Ánh cầu vồng bảy sắc
Tia nắng dịu dàng anh đuổi bắt...

Em đã thành người đàn bà khác
Bông hoa xanh nụ tầm xuân đã khác
Trách chi em, trách chi đời đen bạc
Khi chính mình lắm lúc tự vùi chôn...

The Wild Rosebud Has Changed

I turned away from being a girl
And became a married woman.

I have not been yours
For a long time.
The images you chase
Are not real,
The dreams you seek
Are not real.

I have not been yours
For a long time.
I bury my youth
In hard dry days.
Sometimes I startle myself
Feeling sorry for the dead rain.

I am no longer me—
A fairy in a tree
The virgin in the song
The seven colors of the rainbow
The sweet sunlight you chase.

I am a changed woman:
The wild blue rosebud has changed.
There's nothing, not even this faded life to blame—
We bury ourselves.

Làm Gì Có Biển

Giá mà ta được làm cây
Để khóc như lá rơi gầy giọt xanh
Rơi thanh thản, rơi yên lành
Chỉ đất thấu hiểu ngọn ngành nỗi đau

Giá mà ta được làm mây
Để cười một trận thơ ngây giữa trời
Ào ào hào sảng tan trôi
Cười mà như khóc ai người biết cho

Giá mà ta được làm sông
Biết ra tới biển là không còn mình
Bất cần ngàn sóng coi khinh
Mặn mòi đã thấu tan mình sá chi

Làm gì có biển mà đi
Sông đành chua xót thầm thì cùng sông.

There Is No Sea

If I could be a tree
Weeping green drops of thin leaves
Falling quietly, falling gently, letting
The earth understand the depths of its feelings—

If I could be a cloud
Laughing an outburst into the sky
Rushing wildly, drifting, dispersing
Smiling yet weeping, who knows why—

If I could be a river
Reaching the sea and losing my body
Ignoring the scornful waves looking on
Not minding my own dissolving—

There is no sea. The river whispers,
Resigned and sad, to nothing except the river.

Mưa

Mưa
Qua đêm
Qua tôi
Qua cánh đồng trời
Mù khơi
Vội vội

Mưa xóa đi chính mình
Như một gã điên
Không trí nhớ
Rối tung
Xiên và thẳng

Mưa xóa đi chính mình
Khỏa thân trắng
Vóc dáng thiếu nữ
Mịn màng trong suốt
Mưa xóa đi chính mình
Mà đâu nào hay biết

Và ta
Cũng như mưa
Xóa đi chính mình
Từng vết
Từng mảng
Cho đến khi
Chỉ còn
Một giọt
Ngơ ngác
Trên lá xanh
Đợi mặt trời
Phấp phổng
Tan
Biến...

Rain

Rain
Through the night
Through me
Through fields of sky
Like sea mist
Flying—

The rain erases itself
Like a crazy man
With no memory
Confused—
Slanting, then straight.

The rain erases itself—
Nude, blank
A young girl's body
Smooth, transparent.
The rain erases itself
But it doesn't know.

And I
Like the rain
Erase myself
Piece by piece
Streak by streak
Until only one
Drop is left
Wondering
On a green leaf
Waiting for sun
Restless
To dissolve
And disappear.

Nấm Mộ Và Cây Trầm

1. Tưởng nhớ

Đất đắp mộ Hùng bom trộn lẫn
Cây trầm cháy dở dang nén nhang
Cây trầm cháy rồi hương cứ thơm

Hùng ơi, mai gió mùa đông bắc
Võng bạt canh khuya lại nhớ Hùng
Những đêm hai đứa xong phiên gác
Bao gạo gối đầu chăn đắp chung

Nhớ khi mình ốm giữa rừng
Vị thuốc Hùng tìm qua ba trái núi
Quả khế rừng nấu con cá chuối
Thương mình Hùng hóa kẻ đi câu

Chúng mình có ở cách xa đâu
Một thước sao Hùng không nghe mình gọi
Một thước đất hóa khoảng trời vời vợi
Từ nay mình thường nhớ Hùng hơn xưa

Những lá thư Hùng còn chưa kịp đọc mình nghe
Thơ đánh giặc Hùng còn viết dở
Vết máu đỏ nhòa đi không rõ chữ
Mình đọc bao điều xúc động sâu xa

2. Hi Sinh

Cái chết bay ra từ họng súng quân thù
Nhận cái chết cho đồng đội sống
Ngực chặn lỗ châu mai, Hùng đứng thẳng
Đồng đội xông lên nhìn rõ Hùng cười

The Grave and the Sandalwood Tree

1. In Memoriam

The earth over Hung's grave is raked by bombs.
The burning sandalwood tree sends up its sweet fragrance,
let it be your incense.

Hung, tomorrow the north winds will come
and deep in the night, in my nylon hammock, I'll think of you.
I'll think of those nights, our watches just finished,
we shared the same rice sack as a pillow, our one blanket.

I'll remember the time I fell sick in the forest.
You crossed three mountains looking for cures.
In your worry for me, you became a boy again,
Fishing by a stream to cook with wild star fruit.

Not much distance between us now.
Only a yard of earth separates us. But you don't hear my call?
A yard of earth becomes an endless sky.
Now, I miss you more than ever,

the letters you never had time to read,
the poems about battles you never finished.
The bloodstains blur the words, but I read
a thousand deep and moving things.

2. Sacrifice

Death came from the enemy's guns.
You bore it so your comrades could live.
Your chest covered the firing hole.
Your friends rushed forward; you were still smiling.

Tay Hùng còn vung lựu đạn ngang trời
Khẩu tiểu liên vẫn choàng trước ngực
Vành mũ lá sen còn trong lửa táp
Nhìn nụ cười mình biết Hùng vui

"Chết – Hi sinh cho tổ quốc" Hùng ơi
Máu thấm cỏ, lời ca bay vào đất
Hy sinh lớn cũng là hạnh phúc
Một cây xuân thành biển khắc tên Hùng

Hùng nằm trong nôi của đất rộng vô cùng
Khoảng trời biếc hương trầm thơm hơn trước
Những đoàn quân đi đánh giặc
Có hoa rừng mang đến từ xa

Đất Hùng nằm bom đạn đào trơ
Ngày hoa nở đêm ngời sao tỏ
Tấm biển gỗ tên mộ người chiến sĩ
Thành bàn tay chỉ hướng quân thù.

3. Ra đi

Cây trầm thơm từ đất thơm ra
Như nhắc nhở với người đang sống
Thù riêng lớn thù chung càng lớn
Hờn này nhân tiếp những hờn căm

Thôi mình đi Hùng nhé! Hãy yên nằm
Trận đánh đêm nay vắng Hùng cài bọc phá
Trận đánh trường kỳ vắng Hùng tham dự
Trận đánh cuối cùng chiến thắng phải về ta

Anh trinh sát hy sinh trao lại tấm bản đồ
Anh xung kính hi sinh phất cao cờ chuẩn
Xin Hùng hãy trao cho mình khẩu súng
Trận đánh vẫn còn tiếp diễn Hùng ơi

Your hand threw grenades up across the sky.
The rifle hung across your chest.
The lotus-rimmed hat shook under the fire.
Seeing your smiles, I knew you were pleased.

"Killed—giving his life for his nation." O, Hung!
Your blood dyed the grass and a song flew into the earth.
Your great sacrifice became a source of happiness.
Each spring, the new trees that bloom remind me of you.

Hung, you rest in the cradle of the great earth,
and, in the blue sky, the sandalwood smells even sweeter.
Troop after troop goes into battle,
carrying flowers from the forest.

Bombs and bullets hammer flat your restingplace,
still, in the day flowers bloom, nights the stars are burning.
The wooden marker on a soldier's grave
is a hand pointing us on to the enemy.

3. Leaving for the Battle

The sandalwood tree takes its deep fragrance from the earth
As if to remind those still living:
"Private hatred is deep; communal hatred is deeper."
This hatred will be multiplied by a thousand others.

Let me go now, Hung! Please rest in peace.
In the battle tonight you won't be there to plant the charges.
You won't be there on the long campaign,
when, in the final battle, victory will be ours.

The scout was killed, but he left behind his maps.
The shock troop was killed, but he held the flag high.
Hung, would you let me use your rifle?
The battle, my dear Hung—it still rages.

Nhật Ký Sau Cơn Sốt

Bầu trời sau cơn mưa
Anh vừa tan cơn sốt
Đôi mắt mở: một vùng sông núi thức
Anh như cùng trời đất mới hồi sinh
Và gió rân rân thổi dọc cánh rừng
Da thịt anh lá non tràn nắng gió
Sau cơn sốt anh hóa làm cây cỏ
Cả núi rừng nhẹ hẫng dưới bàn chân

Căn nhà thùng bề bộn chiếu chăn
Anh đứng gác, khăn dù quàng cổ
Núi đang sốt rung tiếng bom tọa độ
Cánh rừng xoay vòng cây đổ, lá vàng bay
Mùa mưa Trường sơn
Tiểu đội có chín người, chín người trong cơn sốt
Anh đứng gác
Băng đạn quấn ngang sườn như thuốc đắng
Khẩu súng nằm trong cơn sốt bàn tay

Cơn sốt ngấm vào tận cùng cơ thể
Anh vật vã như sông
Anh trầm tĩnh như rừng
Trái tim anh có thể nào hóa đá
Không vui buồn, không gõ cửa chờ mong
Có thể nào tóc xanh mầu cỏ dại
Có thể nào da thịt cũng khô cong
Anh đứng tựa vào cây, vào núi
Chiếc khăn dù mang một mảng mùa đông

Cái giây phút người anh như lửa nóng
Núi cũng ngồi cũng đứng khác chi anh
Những câu thơ lẫn vào cơn sốt
Con chữ cháy đen xiêu vẹo dáng hình

Diary of a Fever

After the rain the sky was there again;
you came out of the fever.
Your eyes opened; the river and mountain awoke;
you and the earth both returning to life.
The wind blew in a constant rush along the forest;
your skin, like a new leaf, turned up to the sun and sky.
After the fever you were like the trees and grasses;
earth and forest floated lightly beneath your feet.

The mountain shook with the sound of the bombs blindly falling;
the forest swirled, trees fell, yellow leaves tumbled in air.
The rainy season in the Truong Son Mountains.
A nine-man squad, all suffering from fever,
you stood guard.
Your cartridge belt pinched like bitter medicine at your waist;
still you held a rifle in your fevered hand.

The fever crept through your body,
twisted you inside out like a river.
You sat unmoved, like a mountain.
Could heart turn into stone?
No joys, no sorrows, dead to expectations,
your hair grown wild like the grass,
your skin parched and dried,
you stood against the tree, against the mountain,
your scarf of parachute cloth carried a patch of winter.

Your body shot through, on fire,
like the mountain.
Lines of poems fading in and out,
words blackened, deforming.

Anh đang khát, dọc ngang vùng suối cạn
Chùm quả rung rinh không rơi xuống tay mình
Ước khoảng trời tan ra thành nước mát
Để ngọt ngào anh uống cạn trời xanh

Tuổi trẻ anh qua vùng rừng nước độc
Con suối Trường Sơn lá mục rơi đầy
Căn hầm võng nước mưa
Đêm khuya ngồi đập muỗi
Chân không giày gỡ vắt đỏ bàn tay
Tưởng tất cả tan thành cơn sốt
Tất cả hằn trên da mặt anh đây
Môi anh sạm vầng trăng đêm nguyệt thực
Mắt anh nhòa đi, sông núi cũng hao gầy

Những năm tháng ở rừng mấy ai không sốt rét
Nhìn vào mắt nhau thấy rừng núi hiện hình
Cây ký ninh mọc dọc đường chiến dịch
Cơn sốt quây quần nhóm lửa suối rừng hoang
Viên thuốc đắng hình tròn, viên thuốc màu vàng
Sao anh nhớ về xa vời tuổi nhỏ
Viên thuốc đắng hình tròn không phải quả táo thơm
Đã lăn dọc cuộc đời người lính Trường Sơn…

You suffered a great thirst, but the streams and inlets were dry.
And there were no fruits to fall like a miracle into your hands.
If that patch of sky had dissolved to tears
you'd have drunk your way across it.

A young man, you passed through poisoned forests,
dead leaves on streams along the Truong Son trails.
In the tunnels, the hammocks soaked with water,
the nights swatting away flies.
Your hands turned red, prying leeches off shoeless feet.
You wished it all could dissolve away into the fever.
Your lips the color of a moon in eclipse,
mountains and rivers ebbed and flowed in your eyes.

Which one of us could escape the fever those days in the forests?
We saw the mountains rise and fall in each other's eyes.
Quinine trees grew along our route, but the fevers
engulfed us, made their own bonfires in the jungles.
Those bitter round pills, so dull and yellow,
returned us to our childhoods.
Not apples, just round bitter pills
for the soldiers of the Truong Son range...

Một Chiến Binh Già

Ông và tôi cách nhau một thế hệ
Tôi hai chục tuổi quân
Ông sáu chục tuổi đời
Thơ tôi viết về chiến tranh dữ dội
Cả đời ông là cuộc chiến tranh dài

Chiến tranh ở nước da vàng sốt rét
Những vùng rừng nhiễm độc cằn trơ
Những vết đạn thời gian không xóa nổi
Những trận đánh xa rồi, còn vọng mãi
Trong tâm tư người chiến binh già

Tôi đã thấy có lần ông khóc
Khi lặng nhìn cáng tử sĩ đi qua
Một trận đánh hụt hai mươi tay súng
Chiều mùa mưa rừng Lào năm sáu chín
Người chỉ huy đứng lặng trong rừng

Chiến tranh ở ngôi nhà nhiều mưa nắng
Ngọn đèn dầu cạn bấc nỗi chờ mong
Con chim khách kêu gì ngày giỗ mẹ
Bóng áo xanh vẫn xa hút nẻo rừng
Thương nấm cỏ xanh rì đồi vắng
Người mẹ hiền khuất núi mấy mùa đông

Tôi làm sao chép được cuộc đời ông
Cả những nỗi buồn vui sâu nặng nhất
Từ người lính mũ nan, chân đất
Đến vị tướng cầm quân nơi biên giới bây giờ
Sau cấp bậc thăng trầm trên ve áo
Một chặng đường máu lửa tháng ngày qua

The Old Soldier

My grandfather and I are separated by a generation.
I spent twenty years in the army;
he's sixty now.
I write poems about a brutal war;
his whole life has been one long, continual war.

A war fought in a country yellowed by malaria,
in poisoned regions where no trees were left standing,
in bullet wounds time can never heal,
in old battles that still roar
in the mind of an aging soldier.

I caught him once crying silently
as a soldier killed in battle was carried past.
Twenty men lost in the Laotian rains of '69.
The commander stood stunned to silence
that moment in the forest.

The war went through that house besieged by sun and rain.
The oil lamp flickered out, the wick spent with longing.
Whose name does a bird call out on the day a mother has died?
Green fatigues still wander a distant jungle.
A solitary mound on a deserted hill,
A mother's rest after many winters gone.

How can I write about my grandfather's life,
the nature of his joys and sorrows—
from the barefoot soldier with the bamboo-leaf hat,
to the general commanding troops on the border,
the changes of rank marked on his collar? Each was a path
still on fire from years of blood-filled wars.

Thi Khúc Sông Lô

Sông lô xanh biếc như trời vỡ
Từng mảng mây nào rơi xuống đây
Mùa đông sông hát lời chi đó
Hai bờ cây cỏ mải mê say

Tôi nghe sông hát sôi lòng đất
Một dải rừng xanh nôi chiến khu
Lạ chưa làn gió từ đâu tới
Thoảng mùi sắn nướng chiều trung du

Sông hát cho tôi gặp ánh lửa
Đất vùi, dấu cũ chẳng thành tro
Lối mòn ngỡ đã chìm trong cỏ
Tôi tìm trên đất dấu chân xưa

Cánh buồm căng gió trời yên ả
Hai bên khoai sắn vẫn xanh mầu
Đâu nơi sông xé lòng dâng lửa
Tàu giặc vùi sâu dưới đáy sâu

Sông hát cho tôi thấy dáng người
Vai gầy súng kíp loáng trăng soi
Đá không tạc tượng nhưng tôi nhớ
Vành mũ nghiêng mưa một khoảng trời

Những người vệ quốc quân năm ấy
Ai còn, ai mất hỡi sông Lô
Ai về gặp lại thời trai trẻ
Gặp lại dòng sông đỏ máu thù

Song of the Lo River

Lo River, blue as a bolt of cloth torn from the sky,
what clouds have fallen down upon your waters?
What song does the river sing in winter
that the trees on its banks sit raptly listening?

I once could hear the song it sings; it set the earth on fire.
A stretch of green forest was the heart of our base;
strange winds from far peaks brought scents
of manioc roasting afternoons in the Midland.

Sing, O river, so that I can see those flames again!
Though buried in the soil, the past is never ashes.
Fresh grasses may overgrow the old paths,
but I can still see familiar footprints.

Sails stretch taut in the wind; the sky is calm.
The potato and manioc fields on the banks grow a deep green.
Where is the spot the fires shot up from, the ones
That swallowed the French ship down to the river bottom.

Sing, O river, so I can see the old fighters again,
the rifles on their thin shoulders glimmering in the moonlight.
No statues here, but who could forget the way
their hats slanted and took in half the sky?

The *Ve Quoc* soldiers of those years,
Which soldiers made it through, which lost their lives, O river?
Who returned to see the battleground of their youth,
the river stained red with enemy blood?

Có lẽ ngày sau cây lau già
Vẫn ở bờ sông, vẫn nở hoa
Hoa lau gợi nhớ mùa đông cũ
Cho người mới đến nhớ người qua

Chiều nay tôi đứng nghe sông hát
Về con đường cũ, nẻo rừng xanh
Nước nguồn không cạn lời tha thiết
Sông hát trường ca của chính mình...

In years to come these old reeds
will still stretch and flower by the river.
Reed flowers will call back days of winters past
and new men will recall memories of those who went before.

This afternoon, I stand and hear the river
sing of the old path, of the old forest.
The river's waters will never run dry of words,
the river will always sing...

Một Vị Tướng Về Hưu

*Tặng Nguyễn Chuông và những
người anh ở sư đoàn cũ*

Thôi đã dứt đường binh nghiệp
Tuổi hưu rồi, bác ở quê
Chạnh nhớ bạn bè thuở trước
Cùng đi có đứa không về

Người vợ tuổi già như bác
Miếng trầu nhai giập chiều mưa
Hồi son trẻ xa nhau mãi
Giờ thương biết mấy cho vừa?

Huân chương xếp vào góc tủ
Nay hàm tướng tá làm chi
Tuổi già công danh xem nhẹ
Cuộc đời như nước trôi đi

Ngày trước bạn cùng súng đạn
Nay khuây hàng xóm: bạn già
Bao dốc bao rừng đã vượt
Lối vườn quanh quẩn vào ra

Ngày đi khuất bóng mẹ cha
Ngày về sửa sang mộ cũ
Âm thầm một tấc đất sâu
Hương khói tỏ mờ mầu cỏ

Ngôi nhà nắng mưa vẫn đó
Đàn con mỗi đứa một nơi
Nếu không có trẻ hàng xóm
Tuổi già hẳn nhiều đơn côi

A General Retired

dedicated to Nguyen Chuong and
the brothers of my division

Your days in the army are over.
Now you stay home in the village,
think of old friends,
the many who went and didn't return.

Your wife grown old beside you. How many
years chewing betel nuts in afternoon rain?
So young when you parted, all the years of longing;
how much love can make amends?

The medals rest in the old chest,
What's a general, a commander's rank now?
Old fame and glory pointless;
life flows by like swift-running water.

Once a friend to guns and fighting,
now you while away the hours with neighbors.
Once you crossed thick-canopied mountains and forests,
now you wander a small garden path.

Your parents long dead,
you rebuild their graves.
On a quiet yard of earth, you watch
the incense rise like shimmering grass.

Rain and sun beat down on the small house
your children left.
Without the many neighbors,
your life would dissolve into loneliness.

Những đêm gió thổi buốt trời
Vết thương cũ còn đau nhức
Sư đoàn năm xưa giờ đâu
Người cũ ai còn, ai mất?

Về hưu, giờ thôi quyền chức
Ai người nhớ bác lại chơi
Ai kẻ xa lòng tránh mặt
Niềm riêng một mảng trăng trời...

Nights when the winds blow cold,
the old wounds come back.
Where is the division now?
Who's still there; who's lost?

Your power and rank surrendered,
who remembers you; who comes to visit?
Who forgets; who stays away?
You live alone with the moon and the sky...

Cô Tôi

Năm đói kém, họ hàng trôi giạt
Cô tôi vào Thanh rồi lấy chồng

Bao nhiêu năm
Làm dâu quê người
Chồng cô ở xa, tôi chưa biết mặt
Vẫn thầm mong ngày giỗ, ngày tết
Họ hàng tứ xứ quây quần bên nhau

Nhưng cô tôi :
Một quãng đời xa xót
Sớm vành khăn góa bụa thắt ngang đầu

Sao cô tôi không đi bước nữa
Sao cô tôi không tìm đường thăm quê?
Mẹ tôi bảo : " Còn đàn con khôn dại
Gái lấy chồng xa, nghèo khó chẳng quay về…"

Nhưng một lần
Sau ba mươi năm
Cô tôi dẫn đàn con về chào họ
Đàn con xưa giờ lớn khôn rồi
Trong ngôi nhà khói nhang quạnh quê
Chúng lớn cùng nỗi đau khổ của cô tôi

Cùng đàn con vòng quanh xóm mạc
Cùng đàn con nhận mộ ông bà
Nén hương cháy lặng thầm trên cỏ rối
Cô tôi lặng thầm chiếc bóng mờ xa

Tôi nhìn dáng lưng còn lận đận
Gần trọn đời héo hắt nỗi xa quê
Khi tóc bạc trên đầu trôi dạt mãi
Cội nguồn ơi, chiếc lá lại rơi về…

Aunt

During the famine, my family was cast adrift.
My aunt traveled to Thanh Hoa, got married there.

So many years,
a daughter-in-law in a land of strangers,
living so far away we never even met her husband.
At *Tet* and days of commemoration,
the family gathered together.

All of us except my aunt.
She lived too far away,
a widow's band tied so early around her forehead.

Why didn't she take that first step?
Why didn't she make her way home?
My mother said, "A brood of children,
a home far off, the girl's too poor to come back."

But one day,
after thirty years of absence,
my aunt took her children back to meet the family,
her children who had grown up
in a house empty but for joss sticks,
empty but for her pain.

Her children beside her, she walked the village.
Her children beside her, she found her grandparents' graves.
Above the damp grass, a joss stick burned solemnly;
my aunt stood silently, a shadow blurred in the distance.

I looked at her back bent from hard labor,
a life withered by the longing for home,
a life adrift, hair turned white,
back to the root, the leaf falling home...

Tự Sự

Giao thừa, bóc lịch, trông hoa nở
Một mảnh thời gian lặng lẽ qua
Biết đâu sợi tóc trong đêm bạc
Lại trùng với phút nụ thành hoa?

Self Disclosed

A new year, a new calendar, flowers in bloom.
A river of time gone by.
Strands of hair turned white in the darkness
buds blossoming, a wreath, a bouquet.

Dâng Mẹ

I

Cha khuất núi đã mười năm
Mẹ thương nhang khói viếng thăm mộ chồng
Sương nhòa dấu cỏ, chiều đông
Liêu xiêu dáng mẹ trên đồng vắng xa

II

Xin gió bấc đừng rối bời tóc bạc
Mưa đừng rơi ướt vạt áo mẹ già
Xin mùa xuân dài thêm, mùa đông ngắn lại
Mẹ tám mươi rồi, con vẫn xa…

To Mother

I

Father passed into the mountain ten years ago;
at his grave, mother lit joss sticks.
In the growing mist of winter, she walked alone,
a small figure staggering on a deserted field.

II

O northern wind, don't blow down on our mother's silver hair.
O rain, don't fall on our mother's coarse garments.
O spring, stay longer—O winter, rush off elsewhere.
Mother—eighty now, and her son still so far away...

Không Đề

Mong manh trang giấy. Đêm dài
Ngọn đèn thức với đày vơi tâm tình
Chợt buồn vui, chợt lặng thinh
Chữ đầy trang lại tự mình xóa đi.

Untitled

The thin piece of paper. The long night.
A lamp pulsing with feeling.
Joy and Sorrow, fleeting. Stillness.
Fill the paper with ink. Wipe it clean again.

Gió Lào Cát Trắng

Ngọn gió Lào cát trắng của đời tôi
Tôi của cát của gió Lào khắc nghiệt
Trong gió nóng những trưa hè ngột ngạt
Mẹ ru tôi hạt cát sạn hàm răng
Vừa lớn khôn tôi đã biết đào hầm
Dưới bom đạn gió Lào vẫn thổi
Và trên cát lại thêm cồn cát mới
Cỏ mặt trời lăn như bánh xe
Cuộc đời tôi có cát chở che
Khi đánh giặc cát lại làm công sự
Máu đồng đội và máu tôi đã đổ
Trên cát này mà gió quạt vừa se
Cây tôi trồng chưa đủ bóng che
Bom giặc cắt lá lành tơi tả
Củ khoai ở đây nhỏ hơn củ khoai cánh đồng màu mỡ
Trái măng cầu rám vỏ —gió đi qua
Đọng nắng thôi cát chẳng đọng mưa
Bàn chân lún bàn chân thêm bỏng rát!

Giữa gió cát, giữa những ngày ác liệt
Tôi nghĩ về tha thiết một màu xanh
Một rừng cây trĩu quả trên cành
Tôi vun gốc và tay tôi sẽ hái
Nhà của tôi, tôi sẽ về dựng lại
Ánh ngói hồng những khuôn mặt mai sau

Em mới về em chưa thấy gì đâu
Chỉ có cát và gió Lào quạt lửa
Ngọn gió bỏng khi đi thành nỗi nhớ
Cát khô cằn ở mãi hóa yêu thương

Dẫu đôi khi tôi chửa bằng lòng
Với cái cát làm bàn chân bỏng rát

Laotian Wind, White Sand

The Laotian wind and white sand of my life.
I, of the harsh sand and Laotian wind.
In the winds of the sweltering summer noons
my mother sang lullabies to me with sand between her teeth.
By the time I grew up, I knew how to dig tunnels.
Under the rain of bombs and shells, the Laotian wind blew,
and new dunes appeared in the old sands.
The sun-grass spun around like wheels,
and the sands protected me
in battle, the sands barricaded me.
My blood and the blood of my brothers was shed here,
into this sand where the winds brought us together.
The plants I sowed hadn't grown yet into a canopy.
Bombs cut them down, scattering the leaves and branches.
The potatoes here are smaller than elsewhere in richer fields
and the wind singes the custard apple's skin
because the sand holds no water, only sunlight,
feet sunk into it feel the burning heat.

Amidst sand, wind, and days of fierce fighting
I dream passionately of a patch of green,
a forest of fruit-heavy trees.
I will tend to their roots, and I will work the harvest.
I will rebuild my old house,
its red tiles will shine like the faces of the future.

If you have just returned, you haven't seen anything yet,
only the sand and the fire-blown Laotian wind.
But even those burning winds become a cherished memory,
and even the bone-dry sand will turn into love with time.

There are times, however, when I am not happy
with this sand that spreads fire underfoot,

Với cái gió làm chín lừ da mặt
Mảnh đất cằn khoai sắn ít sinh sôi
Tôi sẵn lòng đem hiến cả đời tôi
Cho gió trắng và gió Lào quạt lửa.

1969

with this wind that turns a face bright red,
with this land that doesn't even grow potatoes or manioc.
Yet I would stake my life for this place,
For white sand, for fire-blown Laotian wind.

1969

Translators' Note:
In Central Vietnam (Quang Binh, Quang Tri, Thua Thien-Hue, etc.)
the wind that comes over from Laos, hence the Laotian wind,
drained of any moisture by the Truong Son range, brings along the
heat wave to roil the temperature of the plain. These are some of
the poorest areas of the country, with infertile land dominated by
swatches of white sand dunes stretching to the horizon. During the
Resistance against the French, most of the landless farmers in these
areas joined the revolution.

Sân Ga Chiều Em Đi

Sân ga chiều em đi
Mênh mang màu nắng nhạt
Bụi bay đầy ba lô
Bụi cay xè con mắt

Sân ga chiều em đi
Gạch dưới chân im lặng
Bóng anh in thành tàu
Tóc anh xòa ngang trán

Sân ga chiều em đi
Bàn tay da diết nắm
Vừa thoáng tiếng còi tàu
Lòng đã Nam đã Bắc

Anh thương nơi em qua
Những phố phường nhộn nhịp
Bỡ ngỡ trong ánh đèn
Còn lạ người lạ tiếng

Anh thương nơi em qua
Những sương chiều mưa tối
Dặm đường xa nắng dãi
Chuyến phà con nước dâng

Em xao xuyến trong lòng
Nhớ về nơi ta ở
Mùa thu vàng dường phố
Lá bay đầy lối qua
Ngọn đèn và trang thơ

The Train Station the Afternoon You Left

The train station the afternoon you left,
Everywhere nothing but pale sunlight,
Dust smothering the rucksack.
Dust stinging the eyes.

The train station the afternoon you left,
Cobblestones mute underfoot,
Your slight figure casting a shadow on the train.
Your hair falling across your forehead.

The train station the afternoon you left.
Hand in hand in a tight embrace,
The train suddenly whistling.
North and South at once.

You'll think of the places I will be,
In crowded cities and streets,
Though even in broad daylight, I'll be uncertain.
Unfamiliar voices, unfamiliar people.

You'll think of the places I may be,
Of evening mist and rain,
Roads stretching into the distance,
Ferries crossing the rising rivers.

My wild heart coiled up,
Our little house,
The streets, autumn yellow leaves
Falling over the path,
The lamplight on a page of poetry,

Tiếng thở đều con nhỏ
Màu hoa trên cửa sổ
Quán nước chè mùa đông
Con tàu với dòng sông
Ra đi và trở lại

Hà Nội ơi, Hà Nội
Sân ga chiều em đi

1976

The rhythmic breathing of our children,
Flowers on the window sills,
The tea stand in winter,
The ship and the river,
Departure and return.

O Hanoi, O my Hanoi!
The train station the afternoon you left.

1976

Hoa Cúc

Có thay đổi gì không cái màu hoa ấy
Mùa hạ qua rồi lại đến mùa thu
Thời gian đi qua màu hoa cũ về đâu
Nay trở lại vẫn như còn mới mẻ

Bao mùa thu hoa vẫn vàng như thế
Chỉ em là đã khác với em xưa
Nắng nhạt vàng, ngày đã quá trưa
Nào đâu những biển chờ nơi cuối đất
Bao ngày tháng đi về trên mái tóc
Chỉ em là đã khác với em thôi!

Nhưng màu hoa đâu dễ quên người
Thành phố ngợp ngày nào chiều gió dậy
Gương mặt ấy lời yêu thuở ấy
Màu hoa vàng vẫn cháy ở trong em.

1980

The Daisy

Any change in the color of that flower?
Summer's gone, and now it's autumn
Time passes, where does the old color go?
When it returns it seems as fresh as ever.

So many autumns, their color the same bright yellow.
Only me, not really the same as before.
The sunlight shifts to a slight yellow. It's past noon.
At the end of the earth lie the waiting seas.
Days and months pass above a head of lengthening hair.
Only me, I'm not the same as before.

How could the color of the flower forget us?
The city windblown in its four quarters,
that old word love and that face,
like the old yellow color still burning quietly inside me.

1980

Ngọn Lửa Tuổi Thơ

Đêm liên hoan ngọn lửa sáng lên rồi
Các anh hát những bài ca chiến dịch
Đây Tây Bắc núi ngàn trùng tít tắt
Pháo vượt đèo trấn thủ đẫm mồ hôi
Điện Biên xa lúa chín rực bên đồi
Những điệu xòe rập rờn trên đồng ruộng
Đá núi gập ghềnh, đèo cao chót vót
Thương đôi giày rách nát các anh tôi
Một tình thương không nói được nên lời
Của đứa trẻ gầy còm nhút nhát
Nấp sau cột lặng thầm sau tiếng hát
Cháy bao điều khao khát mãi khôn nguôi

Đêm liên hoan ngọn lửa sáng lên rồi
Xanh tiếng hát xanh áo màu bộ đội
Ngọn lửa xanh lá ngụy trang vẫy gọi
Tới những miền vời vợi nhớ thương xa

Các anh đi các anh có đâu ngờ
Bài hát vẫn dạt dào như sóng vỗ
Trong mắt trẻ bao giòng sông kỳ lạ
Bao nẻo đường hoang dã những màu mây

Tôi gặp các anh ở khắp đó đây
Các anh trồng rau các anh lau súng
Anh bộ đội tôi gọi trong thầm lặng
Ước ao mình được nắm giải ba lô

Biết bao làng các anh đã đi qua
Bao thành phố bao nhiêu trẻ nhỏ
Làm sao biết – mà các anh đâu nhớ
Đứa trẻ gầy nấp sau cột hôm nao

The Flame in Childhood

Flames were lit the night of celebration.
You sang the campaign songs for me:
"Here the Northwest, mountains after mountains rise,
 Cannons cross the pass, the soldiers drenched.
In the distance, Dien Bien paddies turn deep yellow,
Folk dancers sway up and down through the field.
From jagged mountain rocks to the towering pass..."
Pity my poor brother in his worn-out shoes,
A love that couldn't be expressed,
A thin, timid child hiding silently
Behind the post after the song,
Burning so fiercely, so much, so long all these years.

During the night of celebration the flames were lit.
The songs were green, green the uniforms,
Green the flames calling for the camouflage leaves
Where the land is thick with pain of remembering.

Perhaps, when you left, you never thought
That the song you sang still murmured like ocean waves,
Like a thousand wondrous rivers in the child's eyes,
Like the many virgin roads, the many clouds...

I met you everywhere.
You were planting, you were cleaning rifles,
You were the *bo doi* I called to softly,
Hoping I could hold onto the sash of your rucksack.

How many villages did you pass through,
How many cities, how many children?
Who could ever know, and how would you ever
remember a skinny child hiding behind a post so long ago.

Năm tháng qua tôi đã đổi thay nhiều
Các anh xưa tóc bây giờ chắc bạc
Nhưng ngọn lửa đã bừng lên tiếng hát
Vẫn diệu kỳ trong suốt tuổi thơ tôi.

1984

Days have passed, years, and I have changed,
And you too. Your hair has turned silver
But the fire that gave life to the song still casts
its dazzling light across the days of my youth.

1984

Màu Hoa Còn Lại

Ba mươi năm tiếng súng đã lặng yên
Đất đã trở về với khoai với lúa
Miền đất xưa lẫy lừng một thuở:
Những Mường Thanh, Hồng Cúm, Him Lam...

Chiến thắng đã qua tưởng nhớ người anh hùng:
Tô Vĩnh Diện, Bế Văn Đàn, Phan Đình Giót
Màu ban trắng khắp đèo cao vực thẳm
Cỏ xanh rờn như tiếng hát lan xa

Con đường nào các anh đã đi qua
Máu thấm đất mồ hôi đẫm trấn thủ
Dân công đi ào ào như thác lũ
Những câu hò vượt núi vút lên cao

Thời gian trôi qua những chiến hào
Qua nỗi khổ niềm vui ngày chiến thắng
Chỉ còn lại một màu hoa rất trắng
Như ban đầu miền đất mới khai sinh.

1984

The Flower Color That Remains

After thirty years, the guns have fallen silent.
The soil has gone back to the paddies and the beans.
Battles that were once the talk of this land,
Muong Thanh, Hong Cum, Him Lam ...

Those are of the past, as are the heroes:
To Vinh Dien, Be Van Dan, Phan Dinh Giot.
White *ban* flowers hang over the pass, down the ravine.
Above the wide green grass the songs echo far.

What roads did you once cross,
The earth bloody, your shirt dark with sweat?
Like ocean waves the porters move forward,
Their songs lifting over the mountain peak.

Time has passed by these trenches so deeply dug,
Passed by the joys, the sorrows on the road to victory.
What remains are blossoms that gleam chastely white,
Pristine like the land at its birth.

1984

Cố Đô

Với vết chân của bầy dã thú
In trên nền gạch cũ của lăng vua
Với dòng sông như không chảy bao giờ
Vẫn mờ ảo dòng sông đầy sương khói
Tà áo trắng bay về đâu vời vợi
Con thuyền khuya trăng gọi phía nguồn xa
Màu nắng in trong mắt tự ngàn xưa
Căn nhà cũ, mảnh vườn hương ngày cũ
Dẫu hiện tại mà như quá khứ
Là quê hương mà không phải quê hương
Dường như đây tôi đã có nỗi buồn
Có hạnh phúc, có một thời thơ bé
Có khát vọng những năm còn rất trẻ.
Tôi thuộc từ ngọn cỏ đến nhành cây
Tôi thương về vời vợi tới trời mây
Nhịp tim đập tiếng chuông ngày nắng xế

Đường xa ngái cho lòng da diết thế
Con nước nào ra bể chiều nay
Đến nao lòng là giờ phút chia tay
Con sông cũ mảnh vườn xưa ngày cũ
Như vĩnh biệt tuổi thơ và quá khứ
Bạn bè ơi dẫu tôi sẽ quay về
Nhưng chắc rằng tất cả chẳng như xưa
Tôi sẽ khác, cố đô rồi cũng khác.

Huế, 11-1984

The Ancient Royal Capital

The hooves of a herd of wild animals are imprinted
On the brickyards of the royal tomb and the river's current,
Seeming still since time immemorial, is shrouded
In the mists of a thousand years.
The hem of a white *ao dai* lifts in the wind.
The midnight boat hears the moon's call in the distance.
Sunlight paints the eyes of ancient days.
The old house and the old garden
Live in the present but seem from the past,
A place I call home, but isn't.
Within lies a measure of my sorrow
A time of joy, a time of childhood,
The great ambition of my youth.
I knew every tree, every blade of grass.
I fell in love with the sky, the clouds.
My heart beat with the tolling of the temple bell at dusk.

A long time ago, a long road ago, and yet so near.
What tide goes out to sea tonight?
Another moment of uneasiness at parting,
The old river, the garden of my childhood,
A past I have lost forever.
O Friends, if I return,
I am certain nothing will remain as it was,
I will change and so will my royal capital.

Hue, 11-1984

Có Một Thời Như Thế

Có một thời vừa mới bước ra
Mùa xuân đã gọi mời trước cửa
Chẳng ngoái lại vết chân trên cỏ
Vườn hoa nào cũng ở phía mình đi

Đường chẳng xa, núi không mấy cách chia
Trong đáy mắt trời xanh là vĩnh viễn
Trang nhật ký xé trăm lần lại viết
Tình yêu nào cũng tha thiết như nhau

Có một thời ngay cả nỗi đau
Cũng mạnh mẽ ồn ào không ngăn nổi
Mơ ước viển vông, niềm vui thơ dại
Tuổi xuân mình tưởng mãi vẫn tươi xanh
Và tình yêu không ai khác ngoài anh:
Người trai mới vài lần thoáng gặp
Luôn hy vọng để rồi luôn thất vọng

Tôi đã cười đã khóc những không đâu
Một vầng trăng niên thiếu ở trên đầu
Một vạt đất cỏ xanh rờn trước mặt...
Mái tóc xanh bắt đầu pha sợi bạc
Nỗi vui buồn cũng khác những ngày xưa
Chi chút thời gian từng phút từng giờ
Kẻ khó tính từng hào keo kiệt
Tôi biết chắc mùa xuân rồi sẽ hết
Hôm nay non, mai cỏ sẽ già
Tôi đã đi mấy chặng đường xa
Vượt qua mấy núi mấy rừng qua mấy biển
Niềm mơ ước gửi vào trang viết
Nỗi đau buồn dồn xuống đáy tâm tư
Em yêu anh hơn cả thời xưa
(Cái thời tưởng chết vì tình ái)

There Was a Time

There was a time when the journey began.
Spring was at the door beckoning.
We stepped into the grass without looking back.
Everywhere we went, gardens blossomed.

No road was too long, no mountain could separate us.
In our eyes the blue sky was forever blue.
We wrote and rewrote our diary entries a hundred times.
All love is passionate.

It was a time when even our pain was
So ferocious, so clamorous we couldn't disguise it.
We lived with fanciful dreams, innocent joys,
Believing our youth would last forever,
There would be no other love but you,
Whom I met but a few times.
To be filled with hope, only to be disappointed.

I have laughed and cried for no reason,
The moon of youth over my head,
Before me, a swath of deep, pure grass.
My black hair has begun to whiten.
My joys and sorrows are also different.
We ration time by seconds, minutes, hours
Like a miser who doesn't waste a penny.
I know now that every spring will end.
Today the grass is green, but not so tomorrow.
I have gone to the ends of many roads,
Over many mountains, forests, and seas.
I consign my dream to the page.
My sorrow is borne deep within
And now I love you even more

Em chẳng chết vì anh, em chẳng đổi
Em cộng anh vào với cuộc đời em
Em biết quên những chuyện đáng quên
Em biết nhớ những điều em phải nhớ
Hoa cúc tím trong bài hát cũ
Dẫu vẫn là cung bậc của ngày xưa
Quá khứ đáng yêu, quá khứ đáng tôn thờ
Nhưng đâu phải là điều em luyến tiếc.

11-1984

Than in the days when we thought we could die of love.
I did not die because of you. I did not change.
I add your life to mine.
I know how to forget what should be forgotten.
I know how to remember what's worth remembering.
The lavender chrysanthemum of the old song,
—Still the melody of past days—
A past I still love, still cherish.
A past I'll never regret.

11-1984

Hoa Cúc Xanh

Hoa cúc xanh, có hay là không có
Trong đầm lầy tuổi nhỏ của anh xưa
Một dòng sông lặng chảy về xa
Thung lũng vắng sương bay đầy cửa sổ

Hoa cúc xanh có hay là không có
Một ngôi trường bé nhỏ cuối làng xưa
Mơ ước của người hay mơ ước của hoa
Mà tươi mát mà dịu dàng đến thế.

Cỏ mới mọc con chim rừng thơ bé
Nước trong ngần thầm thì với ngàn lau
Trái tim ta như nắng thuở ban đầu
Chưa chút gợn một lần cay đắng
Trên thềm cũ mùa thu vàng gió nắng
Đời yên bình chưa có những chia xa
Khắp mặt đầm xanh biếc màu hoa
Hương thơm ngát cả một vùng xứ sở
Những cô gái da mịn màng như lụa
Những chàng trai đang độ tuổi hai mươi
Người yêu người, yêu hoa cỏ đất đai
Những câu chuyện quay quanh mùa hái quả...

Hoa cúc xanh có hay là không có
Tháng năm nào ấp ủ thuở ngây thơ
Có hay không thung lũng của ngày xưa
Anh đã ở và em thường tới đó
Châu chấu xanh, chuồn chuồn kim thắm đỏ
Những ngả đường phơ phất gió heo may
Cả một vùng vương quốc tuổi thơ ngây
Bao mơ ước mượt mà như lá cỏ...

The Blue Flower

Were those blue flowers there or not
In the trampled field of your childhood?
A lazy stream flowed into the distance from the still valley.
A mist rose over the windows.

Were those blue daisies there or not
In that little schoolhouse, far from the world?
Was that our dream, or was it the flower's
To be so gentle, so dear?

The grass sprouts for a small bird in the forest.
The clear water murmurs in a field of reeds
And my heart is as young as dawn light,
Undiminished as yet by sorrow.
Autumns come and go on the old verandas
Life is not yet marred by sudden separation.
The whole of the trampled field is blue with flowers.
Their fragrance fills the world.
Country girls with silken skin,
Village boys eager in their twenties.
Love everywhere, among people, flowers, grass, earth.
Talk turns to the seasons of the fruit harvests...

Were those blue flowers there or not
In those months and years of our childhood?
Was the valley there or not
When I visited you?
Green grasshoppers, the tiny red dragonflies
Hummed above the roads of summer wind.
This the kingdom of our past,
Fresh and smooth as grass in a dream....

Anh đã nghĩ chắc là hoa đã có
Mọc xanh đầy thung lũng của ta xưa.

1964-1987

You must have believed those flowers were there,
And that the valley of our youth was blue with them.

1964-1987

Dẫu Em Biết Chắc Rằng Anh Trở Lại

Thị trấn nào anh đến chiều nay
Mảnh tường vắng mùa đông giá rét
Dẫu em biết không phải là vĩnh biệt
Vẫn thấy lòng da diết lúc chia xa

Xóm làng nào anh sẽ đi qua
Những đồng lúa, vườn cây bờ bãi...
Dẫu em biết chắc rằng anh trở lại
Ngọn gió buồn vẫn thổi phía không anh.

Thời gian trôi sau cánh cửa một mình
Hạt mưa bụi rơi thầm trên mái ngói
Tờ lịch mỏng bay theo lòng ngóng đợi
Một con đường vời vợi núi cùng sông

Gọi ngàn lần tên anh vẫn là không
Chỉ lá rụng dạt dào trên lối phố
Dẫu em biết rằng anh cũng nhớ
Nhưng lòng em nào có lúc nguôi quên.

6-3-1985

Even If I Knew for Certain You Would Return

In what town do you stop for rest tonight,
What vacant walls, what frosty winter?
I know, I know, it isn't the last farewell
But how heavy the heart at the moment of parting.

What village will you pass through,
The paddy fields, fruit gardens, river banks?
Even if I know for certain you will return,
A sad wind shifts in the direction of your departure.

Time passes slowly behind this lonely door.
The grainy rain patters delicately on the roof tiles.
A thin calendar page drops and waits, hesitantly.
A road reaches as far as the distant river and mountain.

I could call your name a thousand times, there'll be nothing
But the sound of leaves falling into the streets.
Even if I still knew you thought of me,
My heart could not stop longing.

6 March 1985

Thơ Tình Cho Bạn Trẻ

Vẫn con đường, vạt cỏ tuổi mười lăm
Mặt hồ rộng, gió đùa qua kẽ lá
Lời tình tự trăm lần trên ghế đá
Biết lời nào giả dối với lòng yêu...

Tôi đã qua biết mấy buổi chiều
Bao hồi hộp, lo âu và hạnh phúc
Tôi trăn trở nhiều đêm cùng hoa cúc
Đợi tiếng gà đánh thức sự bình yên

Dòng sông này, bãi cát, cánh buồm quen
Hoa lau trắng suốt một thời quá khứ
Tôi đã đi đến tận cùng xứ sở
Đến tận cùng đau đớn, đến tình yêu

Buổi chiều này sặc sỡ như thêu
Muôn màu áo trong hoàng hôn rạng rỡ
Bàn tay ấm, mái tóc mềm buông xõa
Ánh mắt nhìn như chấp cả vô biên:
Chẳng có thời gian, chẳng có không gian
Chỉ tuổi trẻ, chỉ tình yêu vĩnh viễn

Người mới đến những nơi tôi từng đến
Lại con đường vạt cỏ tuổi mười lăm
Lại hàng cây nghe tiếng thì thầm
Lời thành thật, dối lừa trên ghế đá...

"Nào hạnh phúc, nào là đổ vỡ"
Tôi thấy lòng lo sợ không đâu
Muốn giải bày cùng ai đó đôi câu
Về tất cả những gì rồi sẽ trải
Mong rút ngắn dặm đường xa ngái
Để cho người tới đích bớt gian truân

A Love Poem for My Young Friends

Still that same road, that patch of grass when I was fifteen.
The wind slips through the leaves across the wild lake.
Words of endearment on the stone dias,
Some false, some true...

I have lived through many afternoons
Of anxiety, tribulation, and happiness.
Many nights I have tossed and turned with the flowers,
Waiting for the cock's crow to bring the day.

This river, this sand dune, these familiar sails,
The white reeds' flowers grew whiter in my childhood.
I've gone to the end of the road.
To the end of suffering, to love.

The dusk embroidered in colors.
Twilight dressed in a thousand bright garments,
The reach of a warm hand, the head of soft hair loosened,
A glance deeper than infinity,
A place where time exists no longer, space has ended,
Where there's only youth, love, love eternal.

You have come to the places where I have been,
Still the same road, that patch of grass when I was fifteen.
Still a row of trees whispering in wind,
Words of love, words of subterfuge on the stone dias.

"So this is happiness, and that is dissolution."
I'm filled with foreboding,
With a need to explain, to talk things out,
All the things that may come down the road,
I wish to shorten the long journey ahead,
To reach the end with a little less mishap.

Bao khổ đau, sung sướng đời mình
Xin tặng bạn làm bước thang hạnh phúc
Nhưng tôi biết chẳng giúp gì ai được
Những vui buồn muôn thửở cứ đi qua.

12-1985

All the sorrows, all the joys I have known,
Let me inscribe them for you, a step toward your happiness,
Though I know my help might not change things.
Joy and sorrow are ours—coming and going.

12/1985

Mùa Hạ

Đó là mùa của những tiếng chim reo
Trời xanh biếc, nắng tràn lên khắp ngả
Đất thành cây, mật trào lên vị quả
Bước chân người bỗng mở những đường đi.

Đó là mùa không thể dấu che
Cả vạn vật đều phơi trần trước nắng
Biển xanh thẳm, cánh buồm lồng lộng trắng
Từ những miền cay đắng hóa thành thơ.

Đó là mùa của những ước mơ
Những dục vọng muôn đời khôn xiết kể
Gió hóa bão, mưa thành sông thành bể
Một thoáng nhìn có thể hóa tình yêu.

Đó là mùa của những buổi chiều
Cánh diều giấy nghiêng vòm trời cao vút
Tiếng dế thức suốt đêm dài thao thức
Tiếng cuốc dồn thúc giục nắng đang trưa.

Mùa hạ của tôi, mùa hạ đã đi chưa
Ôi tuổi trẻ bao khát khao còn, hết?
Mà mặt đất màu xanh là vẫn biển
Quả ngọt ngào thắm thiết vẫn màu hoa.

28-6-1986

Summer

It's the season of birdsong.
The sky is deep blue, sunlight is everywhere.
The soil climbs the tree; the sap tends the fruits.
Man's footsteps break new paths.

It's the season in which nothing can hide.
The whole world is dressed in light.
The sea aqua, the white sails full.
And bitterness turns into poetry.

It's the season of hopes and dreams,
Of man's ancient and innumerable cravings.
Winds turn to storms, rains into rivers and seas.
A simple glance might light the spark of love.

It's the season of twilights.
The paper kite parts the high open sky,
The crickets stay awake in the warm night singing,
The moor hens break the noon's silence.

O summer, have you gone?
O desires of youth, are you here or not?
The earth still holds the deep blue of the sea,
And the sweet fruit, the faint color of blossoms.

28 June 1986

Không Đề

Sắc lá phong rực vàng lên lần cuối
Trái mùa thu chín vội trước khi xa
Như ngọn lửa bùng lên rạng rỡ
Ánh hoàng hôn rực cháy trước hiên nhà

Cũng có thể mùa thu chưa hết
Vẫn còn đang lưu luyến khách đi qua
Cũng có thể là tôi đến chậm
Thấy màu mây rừng lá tưởng còn thu

Mạc Tư Khoa 9-1987

Untitled

The maple leaves blaze brilliantly yellow for the last time.
Autumn fruits ripen hurriedly before taking leave
As a flame suddenly shoots forth,
The twilight burning bright red on the veranda.

It could be that autumn is not yet over,
Still unwilling to part with the passing guest.
It could be that I've arrived late,
Mistaking the color of the forest cloud for late autumn.

Moscow, 9/1987

Hoa Cỏ May

Cát vắng, sông đầy cây ngẩn ngơ
Không gian xao xuyến chuyển sang mùa
Tên mình ai gọi sau vòm lá
Lối cũ em về nay đã thu

Mây trắng bay đi cùng với gió
Lòng như trời biếc lúc nguyên xưa
Đắng cay gửi lại bao mùa cũ
Thơ viết đôi dòng theo gió xa

Khắp nẻo dâng đầy hoa cỏ may
Áo em sơ ý cỏ găm đầy
Lời yêu mỏng mảnh như màu khói
Ai biết lòng anh có đổi thay?

The *Co May* Flower

The sands deserted, river high, trees in a daze.
The heavens stir the season's change.
Behind the canopy, who calls my name?
I return on the old road, bending into autumn.

White clouds float away on the wing,
The heart is like the emerald sky at creation.
Let's leave that bitterness and hardship to seasons past,
Let those lines of poetry float away on the wind.

Everywhere the *co may* flowers are in bloom.
Careless, I let the grasses prick my shirt.
Words of love run like wisps of smoke.
Who can tell the heart's changes?

Thời Gian Trắng

Cửa bệnh viện, ngoài kia là quá khứ
Những vui buồn khao khát đã từng qua
Nào chỉ đâu những chuyện ngây thơ
Con đường gạch ao bèo hoa tím ngắt
Những ô ăn quan, que chuyền, bài hát
Những mùa hè chân đất tóc râu ngô
Quá khứ em không chỉ ngày xưa
Quá khứ của em ngoài cánh cửa
Gương mặt anh, gương mặt các con yêu...

Em ở đây không sớm không chiều
Thời gian trắng, không gian toàn màu trắng
Trái tim buồn sau lần áo mỏng
Từng đập vì anh vì những trang thơ
Trái tim nay mỗi phút mỗi giờ
Chỉ có đập cho mình em đau đớn
Trái tim này chẳng còn có ích
Cho anh yêu, cho công việc, bạn bè
Khi cuộc đời trôi chảy ngoài kia
Thời gian trắng vẫn ngừng trong bệnh viện
Chăn màn trắng, nỗi lo và cái chết
Ngày với đêm có phân biệt gì đâu
Gương mặt người nhợt nhạt như nhau
Và quần áo một màu xanh ố cũ
Người ta khuyên "lúc này đừng suy nghĩ
Mà cũng đừng xúc động, lo âu"
Phía trước, phía sau, dưới đất, trên đầu
Dường trong suốt một màu vô tận trắng...

Time in White

Beyond the hospital door lies the past,
All the joys, sorrows, and thirsts of the past.
Not only the innocent things of childhood:
The brick-lined path, the pond of azolla, their purple flowers,
The game of *o an quan, que chuyen,* singing
Barefoot in the summer, hair like corn silk.
My past isn't only the days of the past,
For even today has become my past.
Beyond that hospital door it lies,
Your face, and the faces of our dear children ...

Where I stay, there is no morning, no evening.
Time in white, space infinitely white.
My heart grows sad beneath the thin robe.
Once it beat for you, for the lines of poems,
Now it beats every minute, every hour,
Only to leave me alone with my sorrow.
This heart is useless
To you, for work, for friends.
While life is bustling outside,
Time, in white, has stopped in the hospital.
White is the blanket, the net, the worry, and death.
Night and day no longer matter.
One face as pale as another,
Their clothes all the same faded blue.
They advise, "This isn't the time to think
Certainly, don't be disturbed, don't bother."
The front, the back, the floor, the ceiling overhead,
All translucent, gauzy, exceedingly white...

Muốn gánh đỡ cho em phần mệt nhọc
Tới thăm em, rồi anh lại ra đi
Đôi mắt âu lo, lời âu yếm xe chia
Lúc anh đến, anh đi thành quá khứ
Anh thuộc về những người ngoài cánh cửa
Của con đường, trang viết, câu thơ
Mùa vải thiều lại tới mùa dưa
Mùa hoa phượng chắc rơi hồng mái phố
Đường cuốn bụi, bờ đê tràn ngập gió
Những phố phường lầm lụi với lo toan

Dù cùng một thời gian, cùng một không gian
Ngoài cánh cửa với em là quá khứ
Còn hiện tại của em là nỗi nhớ
Thời gian ơi sao không đổi sắc màu.

6-1988

To relieve me a little of my burden,
You come to visit, and then you leave,
Your eyes filled with worry, your tender words of concern.
When you come, you leave—this is the past.
You are one of those beyond the hospital door,
On the road to the written page, the poems
Of the season of the *thieu* lichees, the melons,
The flame-tree flowers that paint the roofs red,
The path that fills the dikes with a sail-strong wind,
The streets bustling with work and cares.

Though we share the same times, the same space,
For me what is beyond that door has become the past,
And my present the piercing pain of memory.
O Time, why can't you change your color?

6/1988

Cái Cầu

Cha gửi cho con chiếc ảnh cái cầu
Cha vừa bắc xong qua dòng sông sâu
Xe lửa sắp qua, thư cha nói thế
Con cho mẹ xem — cho xem hơi lâu

Những cái cầu ơi, yêu sao yêu ghê,
Nhện qua chum nước bắc cầu tơ nhỏ,
Con sáo sang sông bắc cầu ngọn gió,
Con kiến qua ngòi bắc cầu lá tre

Yêu cái cầu vồng khi trời nổi gió
Bắc giữa trời cao, vệt xanh vệt đỏ
Dưới gầm cầu vồng nhà máy mới xây
Trời sắp mưa khói trắng hơn mây.

Yêu cái cầu tre bắc qua sông máng
Mùa gặt con đi đón mẹ bên cầu:
Lúa hợp tác từng đoàn nặng gánh
Qua cầu tre, vàng cả dòng sông

Yêu cái cầu treo lối sang bà ngoại
Như võng trên sông ru người qua lại,
Dưới cầu nhiều thuyền chở đá chở vôi;
Thuyền buồm đi ngược, thuyền thoi đi xuôi

Yêu hơn, cả cái cầu ao mẹ thường đãi đỗ
Là cái cầu này ảnh chụp xa xa
Mẹ bảo: cầu Hàm rồng sông Mã
Con cứ gọi: cái cầu của cha

5-1964

A Bridge

Father, you sent me a photo of a bridge
you built across the deep river. You say
the train will soon pass by. Show your mother
this picture. Let her keep it a good long time.

I love bridges. The spider with his web builds a small bridge
across the sweet mouth of the water jar. The magpie flies
and builds a bridge of wind across the riverbank.
The ant, crossing the canal, makes a bridge of bamboo leaves.

I love a rainbow when the wind rises and the rainbow
becomes a bridge of blue and red streaks in the sky.
Under the rainbow bridge, a factory has just been built,
its smoke whiter than clouds before rain.

I love the bamboo bridge over the canal where I stand
waiting for my mother at rice harvest. I love to watch
the women carry rice on their hardened shoulders,
turning the waters yellow under the bridge.

I love the suspension bridge near my grandmother's house.
The bridge is a hammock slung over the river, rocking people
side to side. Under the bridge, boats carry lime and gravel,
sails push against the current, small thin barks glide down.

But what I love most, even more than the bridge by the pond
where mother bends to soak beans is the bridge in this photo.
My mother says "it's Ham Rong Bridge across Ma River,"
But I call it my father's bridge.

5-1964

Đi Trong Rừng

Từ cây lại trở về cây
Từ rừng lại trở về đây gặp rừng

Ngón chân đau buộc băng trắng toát
Anh đi trong rừng
Khi thành phố đang nhìn sau lưng
Bọn anh bước những bước dài mạnh khỏe
Rừng già ơi rừng già kỳ lạ thế
Đi hết thời gian mà chẳng hết rừng già

1965

Trích "Những vùng rừng không dân"

204

A Forest March

From the tree back to the tree
From the forest back to the forest

With my wounded toe wrapped in a white bandage,
I walked on in the jungle.
From the distance the city lights watched at our backs.
The band of soldiers kept moving forward.
Old forest, what a place you are,
we could walk on and on forever,
and still never reach the end of you.

1965

excerpt from *The Uninhabited Region*

Vầng Trăng Và Những Quầng Lửa

Bom bi nổ chậm trên đỉnh đồi
Lốm đốm nền trời những quầng lửa đỏ
Một lát sau cũng từ phía đó
Trăng lên

Trong ánh chớp nhoáng nhoàng cây cối ngả nghiêng
Một tổ công binh đứng ngồi bên trạm gác
Cái cậu trẻ măng cất lên tiếng hát
Khi biết trong hầm có cô bé đang nghe

Trong ánh chớp nhoáng nhoàng là những
đoàn xe
Buông bạt kín rú ga đi vội
Trên đỉnh đồi vẫn vầng trăng đỏ ối
Tưởng cháy trong quầng lửa bom bi.

Những đồng chí công binh lầm lì
Mùi bộc phá trộn vào trong tiếng hát
Trên áo giáp lấm đầy đất cát
Lộp độp cơn mưa bi sắt đuối tầm.

Hun hút đường khuya rì rầm rì rầm
Tiếng mạch đất hai miền hòa làm một
Và vầng trăng, vầng trăng đất nước
Mọc qua quầng lửa mọc lên cao.

1969

The Moon and the Circles of Flame

Delayed action bombs rip up the hilltop.
The sky is mottled in red circles of flame.
After the explosions, I watch
the moon rise straight up from the crest of the hill.

Trees sway under the lightning's flash.
By the guard station the engineers
sit and rest. A young soldier sings;
he knows, in a nearby trench, a young woman listens.

Covered in canvas, trucks rush
through the lightning. Above the hilltop
the moon burns red
in the bombs' circling fire.

Friends, the engineers are deep and quiet men;
the smell of cordite hangs in the chords of their songs.
The fall of cluster bombs tapers; the rain
of shrapnel on our helmets grows weak.

Along the night road I hear the whisper, whisper,
the veins of the soil merging, my country's two halves joining.
I see the halo of the moon, my country
rising higher and higher through the circling fire.

1969

Đèo Ngang

Pháo tàu địch đêm đêm nhằm bắn
Đèo vẫn nguyên lành nằm với biển reo
Nhà như lá đa đậu lưng chừng núi
Sông suối từ đâu rơi xuống chân đèo.

Đèo nhằm hướng nam, đường nhằm hướng nam
Xe đạn cũng nhằm hướng nam, vượt dốc;
Bao nhiêu người làm thơ Đèo Ngang
Mà không biết con đèo chạy dọc.

1968

Deo Ngang: Crossing Pass

Enemy ships shell night after night.
The pass sits calm, as if cradled in the swells of the sea.
In these mountains houses cling to branches like banyan leaves,
Waters of hidden streams and rivers cascade all around them.

The pass faces south, so does our road.
Ammunition trucks fight their way up.
Many poets wrote verses about Crossing Pass,
never knew the pass never crosses.

1968

Tiếng Bom Ở Seng Phan

Tôi từ xa Seng Phan
Nghe bom dội đêm ngày
Ầm ì tiếng tàu bay
Vọng vào trí nhớ

Tôi đến gần Seng Phan
Nghe cây ầm đổ
Cốc chén chẳng nằm yên
Lung lay cả ngọn đèn
Tiếng bom như tiếng thú

Tôi đứng giữa Seng Phan
Cao hơn tiếng bom là khe núi tiếng đàn
Tiếng mìn công binh đánh đá
Tiếng điếu cày rít lên thong thả…
Tiếng oai nghiêm xe rú máy trên đường…
Thế đấy, giữa chiến trường
Nghe tiếng bom rất nhỏ.

Seng Phan 12-1963

Bombing at Seng Phan

Far from Seng Phan,
I hear bombs exploding day and night;
The howls of planes dropping low
echo in my head.

Closer, I hear a slow rumble
as trees are wrenched from the ground.
Cups and glasses shake,
kerosene lamps tremble,
bombs fall like wild beasts.

I stand at Seng Phan,
but greater than the sounds of bombs is the music coming
from the caves;
the sound of mines exploding,
the sound of the peaceful water pipe,
the great hum of trucks.

In the battle zone,
the sound of bombing seems so distant.

Seng Phan, December, 1963

PHẠM TIẾN DUẬT

Nhớ Bà Mẹ Ở Nam Hoành

Bưng lưng cơm, điện trong phòng bật sáng
Nhớ bà mẹ ở Nam Hoành, nước mắt trào ra

Một đêm qua sông Lam, ướt hết
Tre trúc bơ phờ, làng đã bị bom
Gạo ướt sũng cho vào niêu nhỏ
Và mẹ ngồi hơ áo cho con,

Ngọn đèn dầu chỉ sáng lom đom
Soi một dáng lưng còng vất vả
Cha con bị bom đêm đánh cá
Em gái con mẹ cho nó tòng quân.

Giặc quấy liên miên hai mẹ con ngồi thầm
Niêu cơm chín mà lòng con chẳng đói
Bàn chân hành quân chừng như bớt mỏi
Con cầm đèn ghi địa chỉ em con.

Nửa phần đất giặc phải ngừng ném bom
Nhớ câu nói của mẹ, câu nói như chắt từ nước mắt
Thà ăn muối suốt đời
Còn hơn là có giặc!

1968

212

The Mother at Nam Hoanh

The lights flicker on in the room. I hold my bowl of white rice,
Remember the mother at Nam Hoanh and a tear falling down.

I was passing Lam River that night, soaked through with rain.
The village just bombed, the bamboo trees were still trembling.
She put wet rice in a small pot,
dried my clothes before her fire.

The oil lamp's meager light flickered over a back
bent by hard work.
Her husband had been killed by bombs while fishing;
she'd let her daughter enlist.

We sat in the darkness under the bawl of the jets.
The rice in the clay pot was ready but I was not hungry anymore.
My legs were less weary after the operation.
By the light of my small flashlight I wrote her daughter's
address.

On half of our land the enemy had stopped bombing.
I remember the words she let go with her tears.
"Better to eat salt the rest of your life
than to live your life as a slave."

1968

Trường Sơn Đông Trường Sơn Tây

Cùng mắc võng trên rừng Trường Sơn
Hai đứa ở hai đầu xa thẳm
Đường ra trận mùa này đẹp lắm
Trường Sơn Đông nhớ Trường Sơn Tây.

Một dãy núi mà hai màu mây
Nơi nắng nơi mưa, khí trời cũng khác
Như anh với em, như Nam với Bắc
Như đông với tây một dải rừng liền.

Trường Sơn Tây anh đi, thương em
Bên ấy mưa nhiều, con đường gánh gạo
Muỗi bay rừng già cho dài tay áo
Rau hết rồi, em có lấy măng không?

Em thương anh bên tây mùa đông
Nước khe cạn, bướm bay lèn đá
Biết lòng anh say miền đất lạ
Chắc em lo đường chắn bom thù.

Anh lên xe, trời đổ cơn mưa
Cái gạt nước xua đi nỗi nhớ;
Em xuống núi nắng về rực rỡ
Cái nhành cây gạt mối riêng tư.

Đông sang tây không phải đường thư:
Đường chuyển đạn và đường chuyển gạo
Đông Trường Sơn, cô gái "ba sẵn sàng" xanh áo
Tây Trường Sơn bộ độ áo màu xanh.

Truong Son East, Truong Son West

We both hang our hammocks in the Truong Son Forests.
We stay at distant ends of the same mountain range.
The road to the battle this season is scattered with flowers;
Truong Son East misses Truong Son West.

One mountain carries two colors of clouds.
And two seasons—one side rainy, one side not
Like you and me, like South and North;
like West and East: two ends of one mountain.

In the West I march, loving you.
Where it rains hard on the heavy rice baskets.
Mosquitoes blanket the forest, bite under your long sleeves.
No greens left, do you search for bamboo roots?

You think of me; it's winter in the West.
The stream dries up; the butterflies blanket the rocks.
Knowing that I'm falling in love with the new region,
would you worry about the falling bombs?

It starts raining when I get in the car;
the windshield wipers chase away my longing.
You walk down the mountain in a blaze of sunlight;
the tree branches wipe away all private sorrows.

The mail doesn't run from East to West;
it's the route for rice and ammunition.
The East Side "three-ready"[1] woman dresses in green;
the West Side troop wears olive camouflage.

---

1. "three-ready" was the party's motto for youth in the sixties: ready to
fight, ready to labor, and ready to go to the front.

Từ nơi em gửi đến nơi anh
Những đoàn quân trùng trùng ra trận
Như tình yêu nối dài vô tận
Đông Trường Sơn nối Tây Trường Sơn.

From where you are to where I am,
waves and waves of troops march to battles.
Like words of love that never end,
Truong Son East joins Truong Son West.

Lửa Đèn

1. Đèn

Anh cùng em sang bên kia cầu
Nơi có những miền quê êm ả
Nơi có những ngọn đèn thắp trong kẽ lá
Quả cây chín đỏ hoe,
Trái nhót như bóng đèn tín hiệu
Trỏ lối sang mùa hè,
Quả cà chua như ngọn lửa đèn dầu
Chạm đầu lưỡi, chạm vào sức nóng ...
Mạch đất ta dồi dào sức sống
Nên nhành cây cũng thắp sáng quê hương.
Chúng nó đến từ bên kia biển
Rủ nhau bay như lũ ma trơi
Từ trên trời bảy trăm mét
Nhìn thấy lửa que diêm sáng mặt người
Một nghìn mét từ trên trời
Nhìn thấy ngọn đèn dầu nhỏ bé,
Tám nghìn mét
Thấy ánh lửa đèn hàn chấp chóe
Mà có cần đâu khoảng cách thấp cao
Chúng lao xuống nơi nao
Loe ánh lửa
Gió thổi tắt đèn, bom rơi máu ứa
Trên đất nước đêm đêm
Sáng những ngọn đèn
Mang lửa từ nghìn năm về trước,
Lấy từ thủa hoang sơ
Giữ qua đời này đời khác
Vùi trong tro trong trấu nhà ta.
Ôi ngọn lửa
Có nửa cuộc đời ta trong ấy!

The Fire in the Lamps

1. The Lamps

You and I, we are crossing to the other side of the bridge
to a country where the land is peaceful,
where fruits hang ripe and red from trees.
Here, the *nhot* fruits point like signal lamps toward summer
and the tomato is a small lantern.
Their touch at the tip of the tongue awakens a fire.
Our land, so vibrant with living forms.
One branch could light a field.
But the enemy comes from across the ocean,
Their planes calling on each other to fly like shadowy ghosts.
Seven hundred meters up,
They can see the light of a match
Shining on a human face.
One thousand meters up,
they can see the tiny oil lamps.
Eight thousand meters up,
they can see the sparks of the welding stick.
But no matter the distance,
they dive and bomb;
the land flares up;
the pressure of bombs blows out the lights,
blood oozes.
Still, night after night on our land
the lamps are lit.
They bring back the fire of a thousand years,
from the time of our first struggling life,
kept from generation to generation
in the rice husks and the ashes of household fires.
The flames in the lamps,
there half our life is found.

Giặc muốn cướp đi
Giặc muốn cướp lửa tim ta đấy.

2. Tắt Lửa

Anh cùng em sang bên kia cầu
Nơi có những miền quê yên ả
Nơi tắt lửa đêm đêm thấy đất trời rộng quá
Không nhìn thấy gì đâu
Bóng tối che rồi
Cây trúc làm duyên phải nhờ gió thổi
Cô gái làm duyên phải nhờ giọng nói
Bóng hoa làm duyên phải lụy hương bay
Bóng tối phủ dày
Che mắt địch
Nơi tắt lửa là nơi vang rền xe xích
Kéo pháo lên tận địa đồng cao
Tiếng khẩu đội trưởng ở đâu
Đấy là đuôi khẩu pháo
Như tiếng anh đo xạ điểm đều nhịp chày giã gạo
Vang ở đâu, đấy là giữa trận đồ
Nơi tắt lửa là nơi in vết bánh ô tô
Những đoàn xe đi như không bao giờ hết
Chiếc sau nối chiếc trước ì ầm
Như đàn trẻ chơi u chơi âm
Đứa này nối hơi đứa khác
Nơi tắt lửa là nơi dài tiếng hát
Đoàn thanh niên xung phong phá đá mở đường
Dẫu hố bom còn bay mùi khét
Tóc lá sả đâu đó vẫn bay hương
Đêm tắt lửa trên đường
Khi nghe gần xa tiếng bước chân rậm rịch
Là tiếng những đoàn quân xung kích
Đi qua.
Từ trong hốc mắt bóng tối tràn ra
Từ dưới đáy hố bom sâu hun hút

They want to take it away.
They want to take our hearts away.

2. The Blackout

You and I are crossing to the other side of the bridge,
To a place where there are peaceful country lands,
where night after night, the blackout makes
the earth and sky grow larger
and we can see nothing
as darkness covers all.
The yellow bamboo to show its charm must
ask for the wind's help.
A young woman to show her grace
must reach for the right inflections.
A flower to show its ways must
have sweet fragrance.
Here darkness covers all
to blindfold the eyes of the enemy.
In the blackout the tractors move.
They tow our guns up to the high fields.
The voice of the commander tells
Where the cannon's breach is found.
The voice of the soldier at his fighting tube
Tells where the gun pits are.
In the blackout ruts mark out the road
endless convoys pass; trucks rumble down,
moving one after the other
like children playing
a game of snake and dragon,
one child humming after the other.
In the blackout there are songs.
Young volunteers raise their voices;
they break rocks, repair roads
as the smell of cordite
still hangs in the air.

Bóng tối dâng đầy tỏa ngợp bao la
Thành những màn đen che những bào thai
Chiến dịch
Bóng đêm ở Việt Nam
Là khoảng tối giữa hai màn kịch
Chứa bao điều thay đổi lớn lao
Bóng đêm che rồi không thấy gì đâu
Cứ đi, cứ đi, nghe lắm âm thanh mới lạ.

3. Thắp Đèn

Anh cùng em sang bên kia cầu
Nơi có những miền quê yên ả
Nơi đêm ngày giặc điên cuồng bắn phá
Những ngọn đèn vẫn cứ thắp lên
Chiếc đèn chui vào ống nứa
Cho em thơ đi học ban đêm
Chiếc đèn chui vào lòng trái núi
Cho xưởng máy thay ca vời vợi
Chiếc đèn chui vào chiếu vào chăn
Cho nhưng tốp trai làng đọc những lá thư thăm...
Ta thắp đèn lên trên đỉnh núi
Gọi quân thù đem bom đến dội
Cho đá lở đá lăn
Lấy đá kê cầu, lấy đá sửa đường tàu
Ta bật đèn pha ô tô trong chớp lòe ánh đạn
Rồi tắt đèn quay xe
Đánh lạc hướng giặc rồi ta lái xe đi...

Ngày mai, ngày mai hoàn toàn chiến thắng
Anh giắt tay em trời chi chít sao giăng
"Thắp đèn ta sẽ chơi trăng ngoài thềm"
Ta thắp đèn lồng, thắp cả đèn sao năm cánh
Ta dẫn nhau đến ngôi nhà đèn hoa lấp lánh
Nơi ấy là phòng cưới chúng mình
Ta sẽ làm các cây đèn kéo quân thật đẹp

In the blackout, on the roads
near and far we hear the sound of rhythmic footsteps,
the sound of shock troops marching through.
From the eye socket, darkness reaches out.
Down in the bomb crater, an immense depth.
A black curtain covers a coming campaign.
Night in Vietnam, an intermission between two acts.
Darkness covers all. Nothing can be seen.
We move forward through what fantastic sounds.

3. Lighting the Lamps

You and I are crossing to the other side of the bridge,
to a place where there are peaceful country lands;
the enemy bombs and strafes day and night.
Within the land, we light the lamps;
we hang them in large makeshift hedges of bamboo
where children go to school at night; we hang them
in mountain caves to make light for the night shifts;
we place them under blankets
for the young men of the village to read their lovers' letters.
Let's light the lamps on the peaks of the mountains
to make the enemy drop their bombs, blow off rocks
we'll use for bridges and railways and for roads.
Let's switch on the headlights of our trucks,
then amid the flares and shells, switch them off,
turn back, confuse the planes, then go on driving.

Tomorrow, tomorrow, when we win I will hold your hand
and we will walk beneath the stars and moon.
We will light our lamps, watch the moon from the veranda.
We will light our lanterns, our five-pointed stars.
We will walk together to the house, decorate it
with our shining lanterns, make it our wedding-hall.
We will make a silhouette lamp then, cut shadows
of the men and women, these scenes,

Mang hình những người những cảnh hôm nay
Cho những cuộc hành quân nào còn trong bóng tối
Sẽ hiện muôn đời trên mặt ngọn đèn xoay.

1967

troops moving in the darkness, their image
to march forever on the walls
by the light of our burning lanterns.

1967

Gửi Em, Cô Thanh Niên Xung Phong

Có lẽ nào anh lại mê em,
Một cô gái không nhìn rõ mặt.
Đại đội thanh niên đi lấp hố bom
Áo em hình như trắng nhất.

Người tinh nghịch là anh dễ thân
Bởi vì thế có em đứng gần.
Em ở Thạch Kim sao lại lừa anh nói là Thạch Nhọn.

Đêm ranh mãnh ngăn cái nhìn đưa đón
Em đóng cọc rào quanh hố bom,
Cái miệng em ngoa cho bạn cười giòn
Tiếng Hà Tĩnh nghe buồn cười đáo để
Anh lặng người như trôi trong tiếng ru.
Tranh thủ có ánh sáng đèn rù
Anh vội nhìn em và bạn em khắp lượt

Mọi người cũng tò mò nhìn anh
Rồi bóng tối lại khép vào bóng tối
Em ơi em, hãy nghe anh hỏi
Xong đoạn đường này các em làm đâu?

Anh đã tìm em, rất lâu, rất lâu
Cô gái ở Thạch Kim Thạch Nhọn
Khăn xanh, khăn xanh phơi đầy lán sớm
Sách giấy mở tung trắng cả rừng chiều.

Anh đã đi rất nhiều, rất nhiều
Những con đường như tình yêu mới mẻ
Đất rất hồng và người rất trẻ
Nhưng chẳng thấy em, cô gái ở Thạch Nhọn Thạch Kim.

To the Young Women Volunteers

Why did I fall in love with you?
I couldn't even see your face.
Your company was filling in bomb craters,
and your shirt stood out as the brightest.

I love a woman at ease with games.
You came close by my side, told a good lie,
said you came from *Thach Nhon*, not from *Thach Kim*.

The darkness hid your knowing look
as you shored up the walls of the crater,
egged the others on with your jokes.
That Nghe Tinh voice so sweet,

I was swept away by its lullabies. By the light from the
                                    parachute flares
I caught a quick glimpse of you and your friends, everyone,
                                    looking at me
curiously before darkness covered darkness again.
Girl, just answer me, where can I find you when this
                                    roadworks' done?

I looked for you from *Thach Nhon, Thach Kim.*
Searched blue scarves, blue scarves hung out to dry,
searched the open white pages
lighting the forest at dusk.
I walked and walked to many strange places,
the road rising always new.
The earth deep red, the soldiers so young.
But never you, my girl from *Thach Nhon, Thach Kim.*

Những đội làm đường hành quân trong đêm
Nào cuốc, nào choòng, xoong nồi xủng xoảng
Rực rỡ mặt đất bình minh
Hấp hối chân trời pháo sáng
Đường trong tim anh in những dấu chân.
Chiếc võng bạt trên đường hành quân
Anh đã buộc nhiều cây xoan, cây ổi
Lại đường mới và hàng nghìn cô gái
Ở đâu em tinh nghịch của anh?

Bụi mù trời, mùa hanh
Nước trắng khe, mùa lũ
Đêm rộng đêm dài là đêm không ngủ
Em vẫn đi, đường vẫn liền đường.
"Cạnh giếng nước có bom từ trường
Em không rửa, ngủ ngày chân lấm
Ngày em phá nhiều bom nổ chậm
Đêm nằm mơ nói mớ vang nhà ..."
Chuyện kể từ nỗi nhớ sâu xa
Thương em, thương em biết mấy.

Dừng tay quốc khi em ngoảnh lại
Sẽ giật mình: đường ta mới xây
Đã có độ dài hơn cả độ dài
Của đường sá đời xưa để lại

Sẽ ra về bao nhiêu cô gái
Một ngày mai đường sẽ đứng chơ vơ
Để cho đời sau còn mấy ngẩn ngơ
Trước những công trình ngoằn nghèo trên mặt đất

Ơi em gái chưa một lần rõ mặt
Có lẽ nào anh lại mê em

Road builders march through the nights.
Rucksacks and shovels bounce against their shoulders.
Roads brighten at sunrise,
disappear under torches at night.
So many footprints set in the road in my heart.

On my march to the front,
I slung my old canvas hammock over so many trees,
looked over so many trails, saw thousands of girls,
but never saw you, my taunting friend.
In the dry season, the skies are filled with dust;
in flood time the streams are filled with water.
But these long white nights are nights I can't sleep.
knowing you are ahead, moving forward, road after road.

Next to the well a bomb has fallen;
you sleep nearby, your feet dirty and unwashed.
All day you defuse bombs,
cry out nights in your sleep.
I make this story up from my memories,
out of love.

If you stop and look back,
you'll be amazed at the new roads,
roads stretching back further than all the roads
our ancestors built.

Many women will return home,
leave these lonely roads behind;
later their children will be shocked at these zigzag paths
all over the land.

O my sister, whose face I've never seen,
How could I have fallen so deep in love

Từ cái đêm "Thạch Nhọn Thạch Kim"
Tên em đã thành tên chung anh gọi
Em là cô thanh niên xung phong.

Đức Thọ, 1968

from one night joking of *Thach Nhon* and *Thach Kim*?
Your name, known to some,
but I'll just call you my young volunteer.

Duc Tho, 1968

Vòng Trắng

Khói bom lên trời trở thành một cái vòng đen
Trên mặt đất lại sinh bao vòng trắng
Tôi với bạn tôi đi trong yên lặng
Cái yên lặng bình thường đêm sau chiến tranh
Có mất mát nào lớn bằng cái chết
Khăn tay vòng tròn như một số không
Nhưng bạn ơi ở bên trong vòng trắng
Là cái đầu bốc lửa bên trong.

1972

White Circle

Bomb smoke rises in black circles;
White circles hover along the ground.
My friend and I walk on in silence,
The silence expected after war.
There is no loss greater than death.
The white mourning band takes the shape of a zero.
My friend, inside that white circle,
A head burns with fire.

1972

Buổi Chiều Ở Bản

Cũng tiếng chuông chùa, cũng mõ trâu
Bản Lào, làng Việt khác gì đâu
Giống cả con gà trong dáng bới
Cả chút hoàng hôn trong lũng sâu.

Thôn làng vẫn cảnh thôn làng ấy
Cô em gánh nước suối trong veo
Nhành lá thả không cho nước sánh
Khôn giữ lòng tôi sánh cả chiều.

Afternoon in a Mountain Village

The pagoda bell peals; buffalo rattle in afternoon fields.
No way to tell if this is a Laotian or a Vietnamese village;
not the way the hen pecks at the dirt in the yard, not the way
the sky deepens its color at dusk over the deep valley.

The same village scene here or at home.
A young girl carries water from a crystal-clear spring.
A leafy branch floats to hold the water level.
Yet even it cannot hold the afternoon still in my heart.

Viết Ở Quán 59 Bà Triệu

Anh chờ em nên phải uống cà phê
Em không đến và tim anh thổn thức
Anh phải tiếp những kẻ vô tình
Sự giả vờ làm tim anh đau nhức

Người đến đầu tiên là một gã ăn xin
Thân khỏe mạnh mà đòi tiền chẵn
Tôi đem cho tiền lẻ của thời gian
Mà gã mang đi hy vọng đầy tràn

Người đến thứ hai là anh chữa khóa
Anh có khóa gì đâu mà hắn phải nhọc lòng
Cuộc đời ơi khép chi mà kín vậy
Khóa thì có mà chìa thì không

1992

At Number 59 Ba Trieu

I ate away the minutes over coffee waiting for you.
But you never came. My heart had to wander,
I had to talk with whoever stopped by.
Killing time opened old wounds.

The first to stop was a beggar, large and muscular.
He was looking for bank notes, in large denominations.
I gave him the odd change of my time.
He left happy and filled with hope.

The second was a locksmith.
I have nothing to lock. Why should he bother me?
What an existence! Lives so tightly shut.
So many locks. Not one key that fits.

1992

Chợ Lao Động Ở Đường Giảng Võ

Các anh là ai, tôi không dám hỏi
Các anh mang cơ bắp mình lên phố chào mời
Các ông chủ xây nhà dựng cửa
Cũng không hỏi anh từ đâu và anh là ai.

Nhưng tôi biết các anh, những mảnh vỡ của trái đất
Những tảng phù sa bứng từ sông lên,
Những tảng đá vỡ ra từ núi đá
Chỉ khác chăng là trong bụng đói mềm.

Ấy là lúc, tất cả các thôn làng đều muốn thành đô thị,
Sự phồn thực phồn hoa phố sá cứ bày ra;
Không phải thất nghiệp đâu, nhưng nghiệp mới sẽ sinh thêm
nghề mới
Như đổi một vùng trời cũng đổi dáng mây qua.

Các anh đứng đó thưa dần trong chiều muộn
Chỉ còn lại một người, tôi bỗng nhận ra anh
Đức kiên trì đứng cùng vết sẹo
Anh là mảnh vỡ cuối cùng của cuộc chiến tranh

1992

In the Labor Market at Giang Vo

I don't dare ask who you are,
selling your strength out on the street.
But then the rich need someone to put up their new houses.
Still, they don't care who you are, where you come from.

I know you. You are the dark earth
torn from the river bend;
you are the jagged rock wrenched from the mountain.
One difference though, hunger gnaws at your gut.

These days every village must be a great city,
stacks of foods shimmer and dance in the streets.
Not lack of work, but this new life gives birth to
new lines of workers.
A new sky must mean new kinds of clouds.

Dusk crawls up the street. The crowd thins out.
No one left but you. I recognize you now,
the look of quiet resolve, the scar,
the last broken shard of the war.

1992

Trở Về Niềm Thôi Thúc Ban Đầu

Tôi muốn trở về với những thôi thúc ngỡ như vô thức của thuở ban đầu

Ấy là sự háo hức chiêm ngưỡng cây bút đầu đời mà mẹ tôi mua cho tôi thuở bé.

Ấy cũng là chiếc áo mới phát sáng của những năm tháng bần hàn ở thôn làng tôi.

Tôi muốn trở về với những thôi thúc ngỡ như vô thức của thuở ban đầu. Ấy là sự ngỡ ngàng kinh dị của bầu vú thứ nhất và nỗi nhớ thứ một ngàn lẻ một ngỡ như không thể chịu đựng nổi.

Ấy cũng là khúc hát đầu tiên ngây ngô và thật thà mà một anh chiến sĩ của Đại đoàn 308 dạy tôi trên cánh tay cha chú của anh.

Ấy cũng là cảm xúc đầu tiên khi lần đầu tiên, bài thơ đầu đời được in trên báo. Phút hóa thân đầu tiên của những con chữ viết tay hóa rồng thành ti-pô đã làm trái tim ta sung sướng, hồi hộp biết nhường nào.

Ấy cũng là lời chửi mắng thứ nhất mà ta được nghe về chính thơ ta viết thốt lên từ miệng một người không quen ta đã gặp lần đầu.

Tôi muốn trở về với những thôi thúc ban đầu.

Và như thế những háo hức nào là hướng nội và những háo hức nào là hướng ngoại, tôi không cần biết tới.

Và như thế, thơ cần gắn với chính sách hay ở ngoài chính sách tôi không cần biết tới nữa.

Và như thế, thơ cần khuôn thước như "Bắc hà" hay cần xô bồ như "Nam kỳ" tôi không cần biết tới nữa.

Và cuối cùng, thơ có cần bán được hay không và có lãi hay không, tôi không cần biết tới nữa.

1992

To Return to the Urges of the Beginning

I want to return to the first urges that seemed
unconscious of their beginning.

Urges eager to admire the first pen in my life that my
mother brought me when I was a child.

Urges that were the radiant new shirt of days in my poor
village.

I want to return to the urges from my unconsciousness of
the beginning.

Urges that were my astonishment at seeing the first
feeding breast and the 1001st nostalgia that seemed too much
to bear.

Urges that were the first naive and truthful song a
soldier of the 308th division taught me in his loving arms,
that were the first sensation at seeing my poem in print. How
happy and anxious my heart was that first moment seeing
the small creatures of handwriting incarnated into the
dragons of type.

Urges that were the first insult about my poems that I
heard from the mouth of one who didn't know me.

I want to return to those urges of the beginning,

So that I need no longer know which urges are
introverted and which are extroverted,

So that I need no longer know which poetry must be
connected to policy or away from policy,

So I need no longer know which poetry must be in
established patterns as in "North of the River," or must be in
a pell-mell fashion as in "Cochin-China."

And last, so I need no longer know if poems can be sold,
and if so, can they be sold at a profit?

1992

A Note on the Translations

This collection has involved the collaboration of a number of writers. In several cases the translation represents a sampling of collections to come. Martha Collins and Thuy Dinh have been collaborating on a collection of the poems of Lam Thi My Da. Carolyn Forché has similarly been working on a collection of poems by Xuan Quynh with Nguyen Ba Chung, and Marilyn Nelson on the poems of Y Nhi. The poems of Pham Tien Duat were translated by Nguyen Quang Thieu and Kevin Bowen; those of Nguyen Khoa Diem and Nguyen Duc Mau by Nguyen Ba Chung and Kevin Bowen.

In most of the efforts collected here, Nguyen Ba Chung, has acted as principal guide, preparing preliminary versions and working with a fellow translator in refining them. Bruce Weigl generously lent his hand in the process, reviewing and making suggestions along the way.

In the end though, we realize that, as with all efforts at translation, it has been impossible to do the original poems justice. In many cases we found it difficult to carry over the richness of tone and allusion from the original Vietnamese into the English; we trust, however, that the heart of the poem has remained. Where we thought it necessary we have provided notes, but we have tried to keep them to a minimum.

We are indebted to Nguyen Tien, To Dieu Linh, and Nguyen Viet-Anh for their work in preparing the Vietnamese text. We owe a special debt of gratitude to Bob Smith for his patience and care in preparing the manuscript through its many phases, and to Jane Blanshard for her help in proofreading the final text. As always, we thank Sandy Taylor and Judy Doyle for their support for this project and for their efforts to introduce Vietnamese poets in bilingual editions.We wish to thank the writers for their permission to use their translations:

Nguyen Khoa Diem
"Lullaby for the Minority Children Growing up on Their Mother's Backs," Nguyen Quang Thieu.
"The Land beyond the City," Fred Marchant.

Lam thi My Da
"Dedicated to a Dream," "Small as a Doll," "Untitled," "The Wild Rosebud Has Changed," "Rain," Martha Collins and Linh Green (To Dieu Linh)
"Garden Fragrance," "Journey into White Night," "Bomb-Crater Sky," "Night Harvest," "Are You Good Enough?," "Tableau," "Friends," "Skipping Stones," Martha Collins and Thuy Dinh.

Pham Tien Duat
"To Return to the Urges of the Beginning," Ngo Vinh Hai.

Biographical Notes

The Editors:

KEVIN BOWEN is a poet and translator. His own collections include *Playing Basketball with the Vietcong* and *Forms of Prayer at the Hotel Edison*, both published by Curbstone Press. With Nguyen Ba Chung he translated *Distant Road: Selected Poems of Nguyen Duy*, also by Curbstone. He has co-edited several anthologies and books of translation, most recently *Woman on an Express Train: Short Stories by Nguyen Minh Chau*, forthcoming from University of Massachusetts Press. He has received artist fellowships from the Massachusetts Council for the Humanities for both fiction and poetry, and a Pushcart Prize, and has acted as guest editor for special issues of *Manoa* on contemporary literature from Vietnam and the literature of the Vietnamese diaspora. He lives in Dorchester, Massachusetts, with his wife and two children.

NGUYỄN BÁ CHUNG is a poet and translator whose work has appeared in *The Boston Review, Compost, Manoa, The Nation, New Asia Review* and other publications. He is co-translator of Lê Lựu's *A Time Far Past* and author of three collections of poetry in Vietnamese - *Mưa Ngàn* (Distant Rain), *Ngõ Hạnh* (Gate of Kindness), and *Tuổi Ngàn Năm Đến Từ Buổi Sơ Sinh* (A Thousand Years Old At Birth). At present he lives in Boston, where he works at The Joiner Center for the Study of War and Social Consequences of the University of Massachusetts. He is currently at work on translating a number of classical and contemporary Vietnamese poets.

The Poets:

Ý NHI's given name is Hoàng Thị Ý Nhi. She was born on September 18, 1944. Her home province is Quảng Nam. She now lives in Ho Chi Minh City. She has a degree in Vietnamese linguistics and literature from Hanoi University. In 1968, after graduating, Ý Nhi began work in the Institute of Literature. She later became an editor at the Liberation Literature and Arts Publishing House. She is now the editor of the Vietnam Writers' Association Publishing House for Ho Chi Minh City. Her work has been included in the poetry anthologies *Trái tim-nỗi nhớ* (The Heart's Remembrance, 1974) and *Lời ru của mẹ* (Mother's Lullaby, 1979). Volumes of her poetry are *Đến với dòng sông* (Coming over to the River, 1978), *Cây trong phố, chờ trăng* (Street Trees, Waiting for the Moon, 1981), *Người đàn bà ngồi đan* (Woman Knitting, 1985), *Ngày thường* (Common Days, 1987), *Mưa tuyết* (Snow, 1991), and *Gương Mặt* (The Face, 1991). Ý Nhi received the poetry Award of Văn Nghệ in 1969 and the award of the Vietnam Writers Association for *Người đàn bà ngồi đan* (Woman Knitting) in 1985.

NGUYỄN KHOA ĐIỀM was born on April 15, 1943, in Ưu Điềm hamlet, Phong Hòa village, Phong Điền district, Thừa Thiên-Hue province. His home village is An cựu village, Thủy An district, Hue City. He currently lives in Hanoi. Nguyễn Khoa Điềm studied in a village school during his childhood. In 1955, he regrouped to the North and enrolled in the school for Southern students in North Vietnam. Having graduated from the Teachers' Training College in 1964, he returned to the South and worked in the student movement at Hue University and among high school students there. He participated in military activities, establishing revolutionary units, while also working as a journalist and a poet until 1975. After 1975, he became president of the Association of Literature and Arts in Bình Trị Thiên and vice-secretary of Thừa Thiên-Huế's People's Committee. He was a member of the board of directors of the Vietnam Writers' Association in the fifth term. The following year he was elected to membership in the Vietnam Communist Party's Central Committee and appointed minister of Culture and Information. Among his published works are *Cửa thép* (Steel Door, a documentary narrative, 1972), *Đất ngoại ô* (Land Beyond the City, poems, 1973), *Ngôi nhà có ngọn lửa ấm* (Small House with a Warm Fire, poems, 1986), and *Thơ Nguyễn Khoa Điềm* (The Poems of Nguyễn Khoa Điềm, 1990). He was awarded a poetry prize by the Vietnam Writers' Association for his 1986 collection of poems.

LÂM THỊ MỸ DẠ was born on September 18, 1949, in Lệ Thủy district, Quảng Bình province, and now lives in Huế. She is a university graduate and served in Quảng Trị and Thừa Thiên with the youth brigades and the women's engineering units during the American war. She has worked as a reporter, a literary editor, a member of the board of directors of the Association of Literature and Arts in Thừa Thiên-Huế, and a member of the Poetry Council of the Vietnam Writers' Association in the fifth term. Among her published works are the books of poems *Trái tim sinh nở* (The Begetting Heart, 1974), *Bài thơ không năm tháng* (A Poem Without Date, 1983), and *Hái tuổi em đầy tay* (Picking a Handful of My Age, 1989). She has also written children's stories: *Danh ca của đất* (Well-Known Songs of the Soil, 1984), *Nai con và dòng suối* (The Fawn and the Stream, 1987), and *Phần thưởng muôn đời* (The Eternal Reward, 1987). Her awards include prizes from Văn Nghệ in 1973 and the award for poetry from the Vietnam Writers' Association, 1981-1983.

NGUYỄN ĐỨC MẬU (Pen names: Hương Hải, Hà Nam Ninh) was born on January 14, 1948, in Nam Điền village, Nam Ninh district, Nam Hà province. He now lives in Hanoi. He was a graduate of Nguyễn Du Writers' Training College's first class. Before studying at Nguyễn Du, he served as a soldier in Chiến Thắng 312th Division, fighting in the South. He is currently the head of the poetry section of *Văn Nghệ Quân Đội, The Army Journal of Literature and Arts.* He is the author of numerous novels, short stories, children's stories, and film scripts. His poetry was included in the anthology *Thơ người ra trận* (Poems of Those Going to the Front, 1971). His poetry has also been published in individual volumes: *Cây xanh đất lửa* (Green Trees and Burning Soil, 1973), *Áo trận* (Fatigues, 1976), *Mưa trong rừng cháy* (Rain in a Burning Forest, 1976), *Trường ca sư doàn* (A Long Poem of the Division, 1980) *Hoa đỏ nguồn sông* (Red Flowers on the River, 1987), *Từ hạ vào thu* (From Summer to Autumn, 1992), *Bão và sau bão* (A Storm and After, 1994). Other works of prose are *Con đường rừng không quên* (The Unforgettable Forest Path, short stories, 1984), *Ở phía rừng Lào* (From the Lào Forests, stories, 1984), *Tướng và lính* (General and Soldiers, novel, 1990), and *Chí Phèo mất tích* (The Disappeared Chi Pheo, novel, 1993). His awards include the first prize in poetry from Văn Nghệ (1972-73), the award for the short story from Văn Nghệ in 1981, and the Ministry of National Defense's award for *Hoa đỏ nguồn sông* (Red Flowers on the River).

XUÂN QUỲNH's given name was Nguyễn Thị Xuân Quỳnh. She was born on October 6, 1942. Her home village was La Khê, Hoài Đức district, Hà Tây province. Xuân Quỳnh came from a family of civil servants. Her mother died when she was quite young, and she lived with her grandmother during her childhood. In February 1955, she was selected to be a member of the People's Folk-Dance and Folk-Song

Ensemble. Trained as a dancer, she traveled abroad many times to perform. She took the first training course for young writers held by the Vietnam Writers' Association from 1962 to 1964. She became an editor for *Văn Nghệ* in 1964. From 1978 until the end of her life she was an editor at the Youth Publishing House. She was a member of the board of directors of the Vietnam Writers' Association. She and her husband, Lưu Quang Vũ, died in a car accident on August 29, 1988. Her poetry has appeared in the anthologies *Tơ tằm—Chồi biếc* (Silk and Green Shoots), *Hoa dọc chiến hào* (Flowers along the Combat Trench), and *Cây trong phố-Chờ trăng* (Trees Waiting for the Moon). Other books of her poetry are *Gió lào, cát trắng* (Laos Winds, White Sand/1974), *Lời ru trên mặt đất* (A Lullaby on the Ground/1978), *Sân ga chiều em đi* (The Station the Afternoon You Went Away/1984), *Tự hát* (Singing Alone/1984), *Truyện Lưu-Nguyễn* (The Tale of Luu and Nguyen: a Lyrical Tale/1985), *Hoa cỏ may* (The *Co May* Flower/1989), and two posthumous books, *Thơ Xuân Quỳnh* (Xuan Quynh's Poetry/1992-1994) and *Thơ tình Xuân Quỳnh—Lưu Quang Vũ* (Love Poems of Xuan Quynh and Luu Quang Vu/1994). She also published a number of books for children; a book of poems, *Bầu trời trong quả trứng* (The Sky inside the Egg/1982), and the stories, *Mùa xuân trên cánh đồng* (The Field in Spring/1981), *Bến tàu trong thành phố* (The Dock in the City/1984), *Vẫn có ông trăng khác* (There is Still Another Moon/1986), and *Tuyển tập truyện thiếu nhi* (Selected Children's Stories/1995). Her literary awards include the award for children's literature in 1982- 1983 for *Bầu trời trong quả trứng* (The Sky inside the Egg) and a poetry award given posthumously by the Vietnam Writers' Association in 1990 for *Hoa cỏ may* (The *Co May* Flower).

PHẠM TIẾN DUẬT was born on January 14, 1941, in Phú Thọ town, Phú Thọ province. His father taught Chinese and French; his mother was an illiterate peasant. Since his childhood, Phạm Tiến Duật has lived and studied far from home. After graduating from college, he joined the army. He lived and wrote along the Hồ Chi Minh Trail throughout the American war. He was deputy head of external relations of the Vietnam Writers' Association for two consecutive terms (1991-2001). Currently he is editor in chief of Diễn Đàn Văn Nghệ (Arts and Literature Forum). His published poetry includes *Vầng trăng quầng lửa* (The Moon, Ring of Fire) (1970, 1971), *Thơ một chặng đường* (Poem of a Day's March) (1971), *Ở hai đầu núi* (On the Two Mountain Peaks) (1981), *Vầng trăng và những quầng lửa* (The Moon, Rings of Fire) (1983), *Thơ một chặng đường* (Poem of a Day's March) (a selection, 1994), *Nhóm lửa* (Lighting a Fire) (1996), *Tiếng bom và tiếng chuông chùa* (The Bombs and the Temple Bell) (1997). Phạm Tiến Duật won the first prize for poetry from *Văn Nghệ* in 1967 and 1970.

The Translators:

BRUCE WEIGL's most recent books include a memoir, *The Circle of Hanh* (Grove Press, 2000), *Archeology of the Circle: New and Selected Poems* (Grove Press, 2000). Forthcoming is a new book of poems, *The Unraveling Strangeness*, also from Grove in 2002. A recipient of many awards, including fellowships from the NEA, he is the author of over a dozen collections of poetry and translations including: *Song of Napalm, Sweet Lorain, What Saves Us*, and *Poems from Captured Documents*. With Kevin Bowen and Nguyen Ba Chung he edited *Mountain River: Vietnamese Poetry from the Wars 1948-1993*, and with Kevin Bowen, *Writing Between the Lines: An Anthology of War and*

Its Social Consequences. He is currently translating a book of Vietnamese poetry with his daughter Hanh. He served in Vietnam with the 1ˢᵗ Air Cavalry in 1967-1968.

FRED MARCHANT is the author of two books of poetry. *Tipping Point* won the 1993 Word Works Washington Prize in Poetry. His second book, *Full Moon Boat,* was recently published by Graywolf Press. With Nguyen Ba Chung he has been working on a collection of translations of the poetry of Tran Dang Khoa. He is a Professor of English and Director of the Creative Writing Program at Suffolk University in Boston. In 1970, he was discharged from the United States Marine Corps as a conscientious objector to the war in Viet Nam. For the last seven years he has been an affiliate of the William Joiner Center for the Study of War and Social Consequences at UMass-Boston, and in that capacity has taught regularly in the Joiner Center's summer writing conference.

MARILYN NELSON'S books are *For the Body* (1978), *Mama's Promises* (1985), *The Homeplace* (1990), *Magnificat* (1994), and *The Fields of Praise: New and Selected Poems* (1997), all published by L.S.U. Press. Her most recent work is *Carver: A Life in Poems* (2001), published by Front Street Books. Three of her collections have been finalists for the National Book Award. She has received numerous awards. She won the 1992 Annisfield-Wolf Award and the Poets' Prize in 1998. She is a professor of English at the University of Connecticut, Storrs, and has taught many years at the Joiner Center's Writers' Workshop. In 2001 she was named Poet Laureate of the State of Connecticut.

CAROLYN FORCHÉ'S first poetry collection, *Gathering The Tribes* (Yale University Press, 1976), won the Yale Series of Younger Poets Award. Her second book, *The Country Between Us* (Harper and Row, 1982), received the Poetry

Society of America's Alice Fay di Castagnola Award, and was also the Lamont Selection of the Academy of American Poets. Other works include, *Flowers From The Volcano*, a collections of translations of Claribel Alegria's work, (University Pittsburgh Press, 1983), *The Selected Poetry of Robert Desnos* (with William Kulik), and *Against Forgetting: Twentieth Century Poetry of Witness.* Her third book of poetry, *The Angel of History* (HarperCollins, Publishers 1994), was awarded *The Los Angeles Times* Book Award. In 1998 in Stockholm, she received the Edita and Ira Morris Hiroshima Foundation for Peace and Culture Award, in recognition of her work on behalf of human rights and the preservation of memory and culture. *Sorrow*, a book of translations of Claribel Alegría, was published by Curbstone in 1998. Her fourth book of poems, *Blue Hour*, will be published by HarperCollins in Spring 2003. *Selected Poetry of Mahmoud Darwish*, a collection of translations, will be published by the University of California Press in Spring 2002. She teaches in the Master of Fine Arts Program in Poetry at George Mason University in Virginia, and lives in Maryland with her husband, Harry Mattison, and their son, Sean-christophe.

MARTHA COLLINS is the author of four books of poems. Her most recent, *Some Things Words Can Do*, was published by Sheep Meadow in 1998, and included a reprint of her third, *A History of Small Life on a Windy Planet*, which won the Alice Fay di Castagnola Award and was published by the University of Georgia in 1992. Her first book, *The Catastrophe of Rainbows*, was published by Cleveland State in 1985 and reissued in 1998. Collins has also co-translated, with the author, *The Women Carry River Water*, a collection of poems by Vietnamese poet Nguyen Quang Thieu, which was published by the University of Massachusetts Press in 1997 and won an award from the American Literary Translators Association in 1998. Other awards include fellowships from the NEA, the Bunting Institute, the Ingram Merrill Foundation, and the Witter Bynner Foundation, as well as three Pushcart Prizes. Collins founded the Creative Writing Program at UMass Boston, and since 1997 has taught at Oberlin College, where she is Pauline Delaney Professor of Creative Writing and one of the editors of *FIELD*.

LINH GEEN (Tô Diệu Linh) graduated from Hue University(Teacher Training College) with a degree in English in 1997. She completed her degree in Business Administration from Hue University in 1998. She first came to the United States working as a translator for the Perfume River Ensemble in its concert tour of 1997. She has lived in the United States since 1999. She received her MA in American Studies from the University of Massachusetts Boston in June 2001. Her thesis is titled "American Writers' perspectives of the Vietnam War." She has been an admirer of the poetry of Lâm thị Mỹ Dạ since childhood.

NGUYỄN QUANG THIỀU was born in 1957 in Sơn Công Village, Ứng Hòa District, Hà Tây province, a village near Hanoi. He has worked as an editor at *Văn Nghệ* and *Văn Nghệ Trẻ*. A poet, playwright, novelist and short story writer, his poetry collections include, Ngôi nhà tuổi 17 (A House of 17 Years), *Sự mất ngủ của lửa* (Insomnia of the Fire), *Những người lính của làng* (The Soldiers of the Village), *and Những người đàn bà gánh nước sông* (The Women Carry River Water). His fiction collections include *Cỏ Hoang* (Weeds), *Vòng nguyệt quế cô đơn* (The Lonely Laurel Wreath), *Tiếng gọi tình yêu* (The Call of Love), and *Kẻ ám sát cánh đồng* (The Field's Assassin) A collection of his poems, *The Women Carry River Water*, translated by Martha Collins, was published in 1997 by the University of Massachusetts Press. Among his many awards are the poetry prize of the Vietnamese Writers Association for *The Insomnia of the Fire.*

NGÔ VĨNH HẢI was born in Vietnam where he worked as an editor, translator, and journalist. He came to the United States in the mid-eighties. He was a co-translator of Lê Lựu's *A Time Far Past.* He currently divides his time between Boston and Saigon, where his family now resides.

THÚY ĐINH is a writer and attorney living in the Washington, D.C. area. Her essays and reviews have appeared in *Amerasia Journal; Rain Taxi Review of Books;* the anthology *Once Upon A Dream: Twenty Years of Vietnamese-American Experience* (Andrews and McMeel, 1995); *Hợp Lưu Magazine;* and *Viet Magnet.*